పాత గుడి

ఒక అంతుచిక్కని రహస్యం

AF686810

శరత్ చంద్ర అయ్యగారి

notionpress.com
INDIA · SINGAPORE · MALAYSIA

ISBN
Paperback 979-8-90342-947-9
Hardcase 979-8-90392-689-3

నేను ఏ అడుగు వేసినా నాకు వెన్నుదన్నుగా నిలిచిన నా **తల్లిదండ్రులు మంగతాయారు, శ్రీనివాసరావులకి**, నన్ను ఎల్లప్పుడూ ప్రోత్సహిస్తూ అండగా ఉంటున్న మా **అన్నయ్య విరించికి హృదయపూర్వక ధన్యవాదాలు.**

ముందుమాట

కొన్ని ఊర్లు మ్యాప్‌లో మాత్రమే కనిపిస్తాయి.

కొన్ని ఊర్లు... మనసులోకి నెమ్మదిగా ప్రవేశిస్తాయి.

మాయాపురం అలాంటి ఊరు.

అక్కడి వీధుల్లో జనం కన్నా ఎక్కువగా అక్కడి మౌనం మాట్లాడుతుంది. గుడిలో శబ్దం కన్నా ఎక్కువగా నిశ్శబ్దమే ఆలోచింపజేస్తుంది. 'పాత గుడి' ఒక కథ కాదు.. ఒక అనుభవం. భయం. అరుపులు, కేకలతో రాదు అనే విషయం ఈ నవల ప్రతి పేజీలో నెమ్మదిగా అర్థమవుతుంది.

ఇక్కడ మిస్టరీ అంటే అంధకారంలో దాగి ఉన్న రహస్యం కాదు. మన నమ్మకాలలో, మన లోభంలో, మన ధైర్యంలో దాగి ఉన్న ప్రశ్న. ఈ కథలో పాత్రలు ముందుకు నడుస్తాయి.. పాఠకుడు వెనక్కి తిరిగి తనలోకి తాను చూడాల్సి వస్తుంది. "ఇలాంటి పరిస్థితిలో నేను ఏం చేసేవాడిని?" అన్న ఆలోచన సహజంగానే పుట్టుకొస్తుంది. పౌరాణిక వాసనలు కలిగిన ఓ ప్రదేశం, ఆధునిక ఆలోచనలతో నిండిన మనుషులు...

ఎదురెదురుగా నిలబడినప్పుడు ఏం జరుగుతుందో చెప్పే ప్రయాణమే ఈ నవల.

రచయిత అయ్యగారి శరత్ చంద్ర ఈ కథలో పౌరాణిక భావనలను ఆధునిక ప్రశ్నలతో కలిపి, నమ్మకం – విజ్ఞానం మధ్య ఉన్న సన్నని రేఖను స్పష్టంగా చూపిస్తారు. ఇక్కడ ప్రశ్నలకు వెంటనే సమాధానాలు ఉండవు. ప్రతి పేజీ ఒక అడుగు ముందుకు తీసుకెళ్తుంది. చివరి పేజీ పూర్తయ్యేసరికి మీరు పుస్తకాన్ని మూసేయవచ్చు. కానీ ఆ గుడి మాత్రం మీ మనసులో చాలాకాలం నిలిచిపోతుంది.

'పాత గుడి' చదవడం అంటే

ఒక కథను తెలుసుకోవడం కాదు...

ఒక మౌనాన్ని వినడం.

– D.H.V.S.S.N. Murthy

Senior Journalist, CEO-TV5

Author's Note

కొన్ని కథలు.. అవి వచ్చినప్పుడే రాసుకోవాలి. ఈ 'పాత గుడి' ప్రయాణం కూడా అలాగే మొదలైంది. కాలక్షేపానికి ఫోన్‌లో చిన్న కథగా రాద్దామని మొదలుపెట్టిన ఆలోచన.. ఈరోజు ఒక నవలగా వస్తుందని నేను ఊహించలేదు.

గతంలో నేను కొన్ని కథలు రాయడం మొదలుపెట్టినా, అవి రకరకాల కారణాలతో మధ్యలోనే ఆగిపోయాయి. కానీ ఈ కథ విషయంలో మాత్రం ఎలాగైనా ఒక ముగింపు ఇవ్వాలని గట్టిగా నిశ్చయించుకున్నాను. అందుకోసం ఈ కథకు కావాల్సిన ఉత్కంఠను, దైవికమైన రహస్యాలను మేళవిస్తూ పూర్తి చేశా.

ఈ కథలో 'మాయాపురం' అనే ఊరు, అక్కడి 'పాత గుడి' కేవలం ఒక నేపథ్యం మాత్రమే కాదు.. అవి ఒక రహస్యం. నిధి కోసం వచ్చే వారి అత్యాశకు, ఆ గ్రామాన్ని కాపాడే అదృశ్య శక్తికి మధ్య జరిగే పోరాటమే ఈ నవల. ఇందులో అశోక్, వంశీ, పరమేశం, స్వప్న.. ఇలా ప్రతి పాత్ర తనదైన శైలిలో మిమ్మల్ని పలకరిస్తుంది. ముఖ్యంగా దైవిక పాత్రలైన 'దేవి', 'మాయ' అనే చిన్నారి పాత్ర మిమ్మల్ని కథలో లీనమయ్యేలా చేస్తాయి.

మనుషుల అత్యాశకు, దైవికమైన శక్తికి మధ్య జరిగే ఈ యుద్ధంలో చివరికి ఏం జరిగింది? ఆ పాత గుడి దాచుకున్న నిజం ఏంటి? అనేది మీరు కథలోకి వెళ్లి చూడాల్సిందే.

ఒక చిన్న ఆలోచనగా మొదలై, అనేక మలుపులతో రూపుదిద్దుకున్న ఈ 'పాత గుడి' మీ అందరినీ అలరిస్తుందని మనస్ఫూర్తిగా ఆశిస్తున్నాను.

మీ, శరత్ చంద్ర అయ్యగారి

Contents

CHAPTER ONE

మాయాపురం పిలుస్తోంది

మట్టిపట్టిన ఆకుపచ్చ రంగు బోర్డులో మాయాపురం అని ఊరి పేరు కనిపించగానే.. బస్ డ్రైవర్ తన ముందున్న రేర్ వ్యూ మిర్రర్ నుంచి వెనక్కి చూసి.. ఏంటి సర్ ఇక్కడే దిగాలా..? అని అడగ్గానే అశోక్‌కు ఒక్క క్షణంపాటు అనుమానం కలిగింది.

డ్రైవర్ సడెన్ బ్రేక్ వేసి బస్సుని ఆపడంతో అశోక్ బ్యాగ్ సర్దుకుని కిందకి దిగాడు. బస్సు వెళ్లిన తర్వాత లేచిన ధూళిలో ఒంటరిగా నిలబడ్డాడు. పక్క ఊరి పంచాయితీలో సెక్రటరీగా కొత్తగా బాధ్యతలు చేపట్టిన అశోక్.. రెండు గ్రామాలకు సరిహద్దులో ఉన్న ప్రాంతంలో పాత సర్వే నెంబర్ల విషయంలో స్పష్టత కోసం మాయాపురం పంచాయితీ ఆఫీస్‌కు బయల్దేరాడు. అశోక్‌కి ఆ ఊళ్లోకి అడుగుపెట్టాలంటే ఇక నడకే మార్గం.

మధ్యాహ్నం ఎండలో కూడా ఆ ఊరి వీధులు వెలవెలబోతుంటాయి. ఈ ఊళ్లో ఏదైనా పని ఉండి పక్క ఊరి నుంచి ఎవరైనా వచ్చినా రాత్రికల్లా తిరిగి వెళ్లిపోతారు.

చుట్టూ దట్టమైన కొండలు, మధ్యాహ్నం పూట కూడా సూర్యరశ్మి నేలను తాకనివ్వని చెట్ల పొదలు. మాయాపురం. బోర్డు చూడగానే. ఆ పేరులోనే ఏదో నిగూఢమైన రహస్యం దాగి ఉందని అశోక్‌కి అనిపించింది. అశోక్ తన భుజాన ఉన్న బ్యాగును సర్దుకుంటూ చుట్టూ చూశాడు. ఊరి పొలిమేరలో ఉన్న పాత మర్రిచెట్టు కొమ్మలకు ఎవరో కట్టిన గాజు ముక్కలు గాలికి ఒకదానికొకటి తగిలి “క్లింగ్.. క్లింగ్” మంటూ రోదిస్తున్నట్టుగా శబ్దం చేస్తున్నాయి.

పచ్చటి పొలాల మధ్య సన్నని మట్టి దారి. గాలి కూడా అచ్చంగా మెల్లగా ఊపిరి తీసుకుంటున్నట్టుగా వీస్తోంది. మొక్కలపైన పడిన సూర్యకాంతి కూడా చాలా ప్రశాంతంగా కనిపిస్తోంది. పొలం గట్లు, సన్నగా వీస్తున్న గాలిని చూస్తుంటే.. అశోక్‌కి ఆ ఊరు.. కొత్తగా అనిపించింది.

గాలిలో ఒక రకమైన పురాతన వాసన... తడి మట్టి, వెలిగి ఆరిపోయిన సాంబ్రాణి కలిసిన వింత వాసన అశోక్ ముక్కుకు గట్టిగా తగిలింది.

అశోక్‌కి ఎప్పుడూ ఇలాంటి నిశ్శబ్దం అలవాటు లేదు. ఫైళ్ల శబ్దాలు, ఫోన్ కాల్స్, ఆఫీస్‌లో ఇతరుల మాటలతో ఎప్పుడూ

హడావిడిగానే ఉండే అశోక్‌కి.. ఈ మౌనం కొత్తగానే కాదు వింతగా కూడా అనిపిస్తోంది.

ఊళ్లోకి అడుగుపెట్టగానే.. అశోక్‌కు మనసు కుదురుగా అనిపించలేదు.. ఎప్పుడూ లేనంతగా గుండె వేగంగా కొట్టుకోవడం మొదలైంది. దూరం నుంచి కొండపైన ఉన్న పాత గుడి కనిపించగానే.. "హమ్మయ్యా..! ఇక ఎలాంటి భయం లేదు.. ఊళ్లోకి అడుగుపెట్టగానే దేవుడి దర్శనం అయ్యింది" అనుకుని.. మనసులోనే నమస్కారం చేసుకుని.. తన బ్యాగ్‌ని భుజానికి టైట్‌గా బిగించుకుని నడక కొనసాగించాడు. మధ్యాహ్నం నడి నెత్తి మీద సూర్యుడు తాండవం చేస్తున్నా.. అశోక్‌కి జనం మాత్రం కనిపించడం లేదు.

“ఈ ఊరు ఖాళీగా ఉంది.. ఖాళీగా ఉన్న చోట ఏదో దాగి ఉంటుంది" అని అశోక్ తన మనసులోనే అనుకున్నాడు.

పెద్ద గోపురం కాదు.. పెయింటింగ్ కూడా లేదు.. ఆలయం మొత్తం ఆకుపచ్చగా నాచు పట్టినట్టు ఉన్నా.. దూరం నుంచి చూస్తుంటే.. గోపురంపైన ఉన్న శిల్పాలు తననే చూస్తున్నట్టుగా.. కాలం అక్కడే ఆగిపోయినట్టుగా.. అనిపించింది అశోక్‌కి. గుడి.. కొండపై దూరంగా ఉన్నా.. అశోక్‌కి మాత్రం చాలా స్పష్టంగా కనిపించడం మొదలైంది.

గుడి చుట్టూ పెద్దపెద్ద రాళ్లు.. వేప చెట్టు వేర్లు, బాగా పెరిగిన గడ్డి.. ఇదంతా చూసి అశోక్.. ఇది చాలా పాత గుడి అని తనలో తను అనుకున్నాడు.

ఊరి పొలిమేరలో ఒక టీ కొట్టు ఉంది. అక్కడ కూర్చున్న ముగ్గురు గ్రామపెద్దలు.. అశోక్‌ని చూడగానే తమలో తాము ఏదో గుసగుసలాడుకున్నారు. అశోక్ వారి దగ్గరకు వెళ్లి, "పెద్దాయన... ఇక్కడ పంచాయితీ ఆఫీసు ఎటు వైపు ఉంటుంది?" అని ఒకతనని అడిగాడు.

తన చేతిలోని కర్రను నేలకు కొడుతూ, కొండ పైన ఉన్న పాత గుడి వైపు చూస్తున్న అశోక్‌ను పిలిచి.. "పంచాయితీ ఆఫీసు ఊరి మధ్యలో ఉంటుంది బాబు.. అయినా పంచాయితీ కోసం అడిగావు కానీ నీ కళ్ళు మాత్రం ఆ కొండ మీదే ఉన్నట్టున్నాయి. కొత్తగా వచ్చే ప్రతీ కళ్లు.. ఆ కొండపైన ఉన్న గుడినే చూస్తాయి. కానీ చూసిన కళ్ళన్నీ క్షేమంగా తిరిగి వెళ్లవు!" అన్నాడు గంభీరంగా.

తెల్లటి జుట్టు, నోట్లో చుట్ట, మాసిన పంచెతో ఉన్న ఆ పెద్దాయనను చూస్తేనే అర్ధమవుతోంది అశోక్‌కి.. అతనికున్న అనుభవం..

అశోక్‌కి ఆ మాటలు వింతగా అనిపించాయి. "అదేంటి పెద్దాయన... అలా అంటారు?" అని అడగబోతుండగా, "ఆ గుడి జోలికి వెళ్ళకు బాబు... అది అమ్మవారి ఇలాకా. అక్కడ గాలి

కూడా ఆమె అనుమతి లేనిదే వీచదు," అంటూ అక్కడి నుండి లేచి వెళ్ళిపోయాడు.

అశోక్‌కి ఆ ఊరి ప్రజల ప్రవర్తనలో ఏదో తెలియని రహస్యం దాగి ఉందని అర్థమైంది. పంచాయితీ ఆఫీసు వైపు నడుస్తున్న అశోక్‌కి, దారి పక్కన ఉన్న చెట్లపై పక్షులు కూడా వింతగా అరుస్తున్నట్టు వినిపించింది. అడుగులు ముందుకు వేస్తున్నా, అతని మనసు మాత్రం ఆ కొండపై ఉన్న పాత గుడి మీదే ఉంది.

సరిగ్గా అప్పుడే... మేఘాలు కమ్ముకున్నాయి. అకాల వర్షం సూచనగా గాలి వేగంగా వీచడం మొదలైంది. దారి తప్పి, తనకు తెలియకుండానే అశోక్ కొండ వైపు వెళ్లే ఒంటిబాట దారిలోకి వచ్చాడు. ఆ దారి ఇరుగ్గా, రెండు వైపులా దట్టమైన పొదలతో నిండి ఉంది.

హఠాత్తుగా... గాలిలో ఒక వింతైన సువాసన. అది మల్లెపూల వాసన కాదు.. పచ్చ కర్పూరం, పాత కాలపు నూనె దీపాల వాసన. అశోక్ ఒక్కసారిగా భయంతో ఆగిపోయాడు. పంచాయితీకి వెళ్లాల్సిన తాను ఇలా గుడికి వెళ్తున్నాను ఏంటి అని వెనక్కి తిరిగి చూడగానే.. గాలిలో గజ్జెల శబ్దం చాలా మృదువుగా వినబడింది.

వెంటనే తిరిగి ముందుకు చూశాడు. ఆ శబ్దం కొండ పై నుండి వస్తున్నట్టుంది. అశోక్ తలెత్తి చూశాడు. అక్కడ పాత గుడి ముఖద్వారం వద్ద ఒక చిన్న అమ్మాయి నిలబడి ఉంది.

ఆకుపచ్చరంగు.. పరికిణి జాకెట్టు ఆ గుడిపై ఉన్న నాచుతో కలిసిపోయిందా అన్నట్టు అశోక్‌కు అనిపించింది. ఆమె చేతిలో ఒక వెండి గిన్నె ఉంది.

అంతలోనే ఒక భారీ కృష్ణసర్పం బుసలు కొడుతూ అశోక్ ముందు నుంచి వెళ్ళింది. అది మామూలు పాము కాదు, దాదాపు పది అడుగుల పొడవు ఉంది. అశోక్‌కు భయంతో ప్రాణాలు పోయినంత పనై, పక్కనే ఉన్న ఒక చెట్టును పట్టుకున్నాడు.

కానీ ఆ చిన్న అమ్మాయి భయపడలేదు. ఆమె నవ్వుకుంటూ వచ్చింది. "పిచ్చి నాగన్న... ఆగు! ఆకలి వేస్తోందా? పాలు తాగి వెళ్ళు!" అంటూ ఆ పాము వెనకే పొదల్లోకి పరిగెత్తింది.

అశోక్ గొంతు ఎండిపోయింది. "అమ్మా! పాప.. ఆగు! అటు వెళ్ళకు.. అది చంపేస్తుంది!" అని అరిచాడు.

ఆ పాప ఒక్కసారిగా ఆగింది. వెనక్కి తిరిగి అశోక్ వైపు చూసింది. ఆమె కళ్లు మామూలు మనుషుల కళ్లలా లేవు.. లోతుగా, వెలుగుతున్న ప్రమిదల్లా ఉన్నాయి. ఆమె పెదవులపై వేలు వేసి, "ష్... నిశ్శబ్దం! చంపేస్తుందా? అమ్మ ఎవరినీ చంపదు.. కేవలం మాయం చేస్తుంది! ఈ విషయం ఎవరికీ

చెప్పకు.." అని రహస్యంగా చెప్పి, ఒక మలుపు తిరిగి ఒక్క క్షణంలో పాముతో సహా మాయమైపోయింది.

అశోక్ ఒళ్ళు ఒక్కసారిగా జలదరించింది. చుట్టూ చూశాడు... కానీ అక్కడ ఎవరూ లేరు. తన భ్రమ అనుకుందామంటే, నేల మీద ఆ పాము వెళ్లిన చారలు ఇంకా పచ్చిగానే ఉన్నాయి.

ఆ గుడి ముందు నిల్చున్నప్పుడు అశోక్‌కు మొదట కనిపించింది.. అమ్మవారి విగ్రహం కాదు.. నేలకి కాస్త పైకి ఉన్న ఒక శిలాశాసనం.. వర్షం, ఎండ తినేసిన అక్షరాలతో.. కొన్ని పేర్లు మాత్రమే స్పష్టంగా కనిపిస్తున్నాయి.

"ఈ పేర్లు ఎందుకు రాశారు?" అని అశోక్ తనలో తానే అనుకున్నాడు.. దానిపైన గుప్త నిధుల కోసం వెళ్లి మాయమైన వాళ్లు అంటూ చాలా మంది పేర్లున్నాయి.

ఎక్కడైనా చనిపోయిన వాళ్ల పేర్లు రాస్తారు కానీ ఇక్కడ మాయమైన వాళ్లు అని రాయడం అశోక్‌ని మరింత భయానికి గురి చేసింది.

అశోక్‌కి గొంతు పెగలడం లేదు. అంతలోనే మళ్లీ గజ్జెల శబ్దం వినిపించింది. ఆ అమ్మాయి మళ్లీ వచ్చిందేమో అడుగుదామని అనుకున్నాడు.. ఆ గజ్జెల శబ్దం తన పక్క నుంచే వెళ్లింది. కానీ మనిషి మాత్రం కనిపించలేదు. భయం ఇంకా పెరిగింది. గాలి కూడా ఒక్కసారిగా ఆగిపోయినట్టు అనిపించింది.

అంతలోనే వాన వేగం పెరిగింది. పిడుగులు పడుతున్న శబ్దంతోపాటుగా గుడి లోపల ఎవరో పెద్దగా నవ్వుతున్నట్టుగా అతనికి అనిపించింది. అశోక్ అక్కడి నుండి ప్రాణాలు అరచేతిలో పెట్టుకుని ఊరి వైపు పరిగెత్తడం మొదలుపెట్టాడు. కానీ అతని వెనకే ఎవరో నడుస్తున్నట్టు, గజ్జెల శబ్దం అతన్ని వెంబడిస్తున్నట్టు అనిపిస్తూనే ఉంది.

వేగంగా కొండ కిందకు పరిగెత్తడంతో అశోక్ ఆయాసపడ్డాడు. అసలేంటి ఈ ఊరు నాకెందుకు ఇలా అనిపిస్తోందంటూ మాయాపురం అని గూగుల్‌లో సెర్చ్ చేశాడు.. అతనికి కనిపించిన మొదటి ఆర్టికల్..

"మాయాపురం: వందల ఏళ్ల మిస్టరీ... నిధుల కోసం వెళ్ళిన వాళ్లంతా ఏమయ్యారు?"

భయపడి కిందకు వచ్చిన అశోక్.. పంచాయితీ ఆఫీసుకి వెళ్లాలనే ఆలోచన కూడా మర్చిపోయి, ప్రాణాలు చేతపట్టుకుని తిరిగి బస్సు స్టాప్ వైపు పరిగెత్తాడు.

చీకటి పడుతున్న వేళ, అదే పాత టీ కొట్టు దగ్గర బస్సు కోసం ఎదురుచూస్తున్న అశోక్‌ని చూసి ఆ పెద్దాయన ఆశ్చర్యపోయాడు.

"అదేంటి బాబు... పంచాయితీకి వెళ్తానని అప్పుడే తిరిగి బస్సు కోసం వచ్చావు?" అని అడుగుతూనే, అశోక్ ముఖంలో

ఉన్న భయాన్ని గమనించాడు. "అంటే... నువ్వు ఆ కొండ ఎక్కావా ఏంటి?"

అశోక్ ఏమీ మాట్లాడలేక కేవలం తల ఊపాడు.

పెద్దాయన కళ్లలో వింతైన మెరుపు మెరిసింది. "అమ్మో! కొండ ఎక్కిన వారెవరూ ఇంత త్వరగా, క్షేమంగా తిరిగి రాలేదు నాయనా. నువ్వు మళ్ళీ ఈ బస్ స్టాండ్ దాకా వచ్చావంటే... నీకు భూమి మీద ఇంకా నూకలు ఉన్నట్టే! అమ్మవారు నిన్ను వదిలేసిందంటే అది నీ అదృష్టం కాదు, నీకోసం ఏదో పెద్దది దాచి ఉందని అర్థం!"

అంతలోనే బస్సు హారన్ వినిపించింది. అశోక్ ఆ పెద్దాయన మాటలకు సమాధానం చెప్పకుండానే, ప్రాణం దక్కిందని బస్సు రాగానే ఎక్కేశాడు.

ఆ రాత్రి అశోక్‌కి తన గదిలో నిద్ర పట్టడం లేదు. కళ్లు మూస్తే ఆ పాత గుడి గోపురం... ఆ కృష్ణ సర్పం బుసలు... అన్నిటికంటే ముఖ్యంగా ఆ చిన్న పాప కళ్లు వెలుగుతున్న ప్రమిదల్లా కనిపిస్తున్నాయి. "అమ్మ ఎవరినీ చంపదు.. కేవలం మాయం చేస్తుంది!" అన్న ఆమె మాటలు అతని చెవుల్లో పదే పదే వినిపిస్తున్నాయి. అసలు ఆ గుడి రహస్యం ఏంటి? తెల్లవారగానే ఎలాగైనా దాని గురించి తెలుసుకోవాలని అశోక్ నిర్ణయించుకున్నాడు.

CHAPTER TWO

శాసనం కింద రాసిన పేర్లు

రాత్రి కురిసిన భారీ వర్షానికి మరుసటి రోజు ఉదయం మాయాపురం పొలాలు, చెట్లు పచ్చగా మెరుస్తున్నాయి. అశోక్ కంటికి ఆ గుడి కడిగిన ముత్యంలా తళతళలాడుతూ కనిపించింది. అశోక్ మనసులో మాత్రం తాను చూసిన ఆ దృశ్యాలు ఇంకా కళ్ల ముందు కదలాడుతూనే ఉన్నాయి. ఆ చిన్న పాప.. పది అడుగుల కృష్ణసర్పం.. అవి భ్రమలు కావు, సజీవ సాక్ష్యాలని అతని అంతరాత్మ ఘోషిస్తోంది.

భయం.. అశోక్ అడుగులను వెనక్కి లాగుతున్నా, ఏదో తెలియని ఆకర్షణ అతన్ని మళ్ళీ ఆ కొండ దారి వైపు నడిపించింది. ఈసారి భయం కంటే, అసలు అక్కడ ఏం ఉందో తెలుసుకోవాలనే పట్టుదల అతనిలో ఎక్కువగా ఉంది. గుడి ప్రాంగణానికి చేరుకునే సరికి గాలి చల్లగా వీస్తోంది. నిన్నటి

వర్షానికి ఆ నల్లని రాతి శాసనం తడిసి ముద్దయి, అప్పుడే వెలికితీసిన ఒక ప్రాచీన రహస్యంలా కనిపిస్తోంది.

అశోక్ ఆ శాసనం దగ్గరకు వెళ్లి నిలబడ్డాడు. పై నుండి పడుతున్న నీటి చుక్కలు ఆ రాతిపై పేరుకుపోయిన నాచును కడుగుతుంటే.. ఆ తడికి అరిగిపోయిన అక్షరాలు తేటగా కనిపిస్తున్నాయి. అశోక్ దగ్గరకు వెళ్లి ఆ పేర్లను నిమురుతుంటే, ఒక్కో చుక్క ఒక చరిత్రను కడుగుతున్నట్టుగా అనిపించింది.

అశోక్ కళ్ళు విప్పార్చి చూశాడు. "రాబర్ట్ విల్సన్? ఒక బ్రిటీష్ అధికారి పేరు ఇక్కడ ఎలా ఉంది?" అని ఆశ్చర్యపోయాడు. అన్ని పేర్లు ఒక రీతిలో ఉంటే.. ఈ ఒక్క పేరు మాత్రం అతనికి వంకరగా కనిపించింది. నెమ్మదిగా తన ఫోన్ తీసి సిగ్నల్ దొరకగానే గూగుల్ సెర్చ్ చేయడం మొదలుపెట్టాడు. అక్కడ కనిపించిన సమాచారం అతన్ని ఉక్కిరిబిక్కిరి చేసింది.

800 ఏళ్ల చరిత్ర కలిగిన ఆ ఆలయం కింద అపారమైన గుప్త నిధులు ఉన్నాయని, అవి సామాన్యమైనవి కావని.. అప్పట్లో ఔరంగజేబు సైన్యం, బ్రిటిషర్లు ఈ గుడిని ధ్వంసం చేయడానికి వచ్చారని.. అలా వచ్చిన వారంతా మాయమయ్యారని చరిత్ర చెబుతోంది.

అశోక్ ఆశ్చర్యంతో ఆ సమాచారాన్ని చదువుతుండగా, నిన్న టీ కొట్టు దగ్గర కనిపించిన పెద్దాయన రామయ్య.. అశోక్ గుడి

వైపు నడుచుకుంటూ వెళ్లడాన్ని చూసి.. గబగబా అక్కడికి వచ్చాడు.

"ఏంటి బాబు... మళ్ళీ వచ్చావ్? నిన్ననే నీకు భూమి మీద నూకలు ఉన్నాయని చెప్పాను కదా?" అన్నాడు రామయ్య, తన గొడుగును సర్దుకుంటూ. ఆయన కళ్లలో ఒక రకమైన హెచ్చరిక కనిపించింది అశోక్‌కి.

"పెద్దాయన... ఈ శాసనం మీద ఉన్న పేర్లు... ఔరంగజేబు సైనికులవా? అసలు అప్పట్లో ఏం జరిగింది?" అని అడిగాడు అశోక్ కుతూహలంగా.

రామయ్య గొంతు సవరించుకుని, ఆకాశం వైపు చూశాడు. ఆయన కళ్లు గతాన్ని వెతుకుతున్నట్టు ఉన్నాయి. అశోక్ ఊపిరి బిగపట్టి వింటున్నాడు.

"అది 1680వ ప్రాంతం బాబు. ఈ గుడిలోని సంపద గురించి విని ఔరంగజేబు పంపిన క్రూర సేనాపతి ఒకడు ఐదువందల మంది సైనికులతో మాయాపురానికి వచ్చాడు. ఐదువందల గుర్రాల డెక్కల చప్పుడు! 'టక్-టక్.. టక్-టక్..' అంటూ ఆ రాతి నేల మీద గుర్రాలు పరిగెడుతుంటే మాయాపురం గుండె చప్పుడు ఆగిపోయింది. సైనికుల చేతుల్లోని కత్తులు ఒకదానికొకటి తగలడంతో శబ్దాలు ఆ అడవి నిశ్శబ్దాన్ని చీల్చుకుంటూ వచ్చాయి. ఆ సేనాపతి గొంతు గుర్రం హేళింత కన్నా

భయంకరంగా గర్జించింది. వారు కొండ మెట్లు ఎక్కుతుండగా, సూర్యుడు ఒక్కసారిగా నల్లబడిపోయాడు. మధ్యాహ్నం పూట చీకటి కమ్ముకుంది. గాలి కూడా వీయడం మానేసింది.

సైనికులు గుడి ముఖద్వారం వద్దకు వచ్చి, గర్భాలయం తలుపులు పగలగొట్టడానికి గొడ్డళ్లు ఎత్తారు. సరిగ్గా అప్పుడు.. ఆకాశం నుంచి బుస్.. అనే శబ్దం వినిపించింది. అప్పటి వరకు వేగంగా పరుగులుపెట్టిన గుర్రాలు ఒక్కసారిగా ఆగిపోయాయి. అక్కడ నిశ్శబ్దం ఆవరించింది. గాలికి వీచే ఆకు చప్పుడు తప్ప.. ఇంకేం వినిపించడం లేదు. ఆకాశం కూడా మేఘావృతమవడంతో వర్షం పడే సూచనలుగా సైనికులంతా భావించారు. కానీ..

చినుకులకు బదులు చిన్న చిన్న పాములు పడటం మొదలైంది. చూస్తుండగానే అవి భారీ సర్పాలుగా మారి సైన్యం మీద పడ్డాయి. ఆ వెంటనే సైనికుల గొంతుల్లోంచి వెలువడిన ఆర్తనాదాలు ఊరంతా వినిపించాయి. 'కాపాడండి.. కాపాడండి..' అని వారు అరుస్తుంటే, ఆ కొండలు ఆ కేకలకు భయంకరంగా ప్రతిధ్వనించాయి.

సైనికులు ఒక్కొక్కరు నీలి రంగులోకి మారిపోయి మెట్ల మీద పడిపోయారు. ఆ సేనాపతి గొంతు చుట్టూ ఒక పెద్ద నల్లత్రాచు బిగుసుకుపోయింది. ఆ మరుసటి రోజు ఉదయానికి అక్కడ ఐదువందల శవాలు ఉన్నాయి తప్ప, ఒక్క ప్రాణం కూడా

మిగలలేదు. ఆ సేనాపతి పేరే ఆ శాసనం మీద ఉన్న మొదటి పేరు!"

రామయ్య కళ్లు మూసుకుని ఆ గతాన్ని గుర్తు చేసుకుంటుంటే, అశోక్‌కు ఆ శబ్దాలు నిజంగానే వినిపిస్తున్నాయేమో అన్నంత భ్రమ కలిగింది. అంతలోనే తన ఫోన్ తీసుకుని.. ఆ శాసనం ఫోటో తీసుకున్నాడు.

"మరి బ్రిటిషర్లకు ఇక్కడ నిధి గురించి ఎలా తెలిసింది.." రామయ్యను ఉత్కంఠగా అడిగాడు అశోక్.

రామయ్య కొంచెం ఆగి, అశోక్ వైపు చూసి నవ్వి మళ్ళీ మొదలుపెట్టాడు. "ఆ తర్వాత వందల ఏళ్లకు రాబర్ట్ విల్సన్ అనే బ్రిటిష్ దొర వచ్చాడు. అతను ఈ గుడి గురించి.. ఇక్కడున్న పాము గురించి చెప్తే నమ్మలేదు. 'ఇదంతా భారతీయుల మూఢనమ్మకం' అని ఎగతాళి చేశాడు. ఆ దొర తన విజ్ఞానంతో ఈ గుడిని ఓడించాలనుకున్నాడు. డైనమైట్లతో పేల్చి, ఆ నిధిని ఇంగ్లాండ్ పట్టుకుపోవాలని ప్లాన్ చేశాడు.

డజను డైనమైట్లు గుడి గోడలకు అమర్చి, కిలోమీటరు దూరం వెళ్లి బటన్ నొక్కారు. డైనమైట్లు పేలుతుంటే.. ఈ ఊరంతా పేలిపోయిందా అన్నంత శబ్దం వినిపించింది. పొగ ఆకాశాన్ని తాకింది. దొర గర్వంగా నవ్వుకున్నాడు. కానీ డైనమైట్లు పేలడం కంటే.. డమాల్ అంటూ ఆకాశం బద్దలయ్యేలా ఒక పెద్ద శబ్దం

వినిపించింది. ఆ పేలుడు ధాటికి చుట్టుపక్కల కొండలన్నీ కంపించాయి. నేల కంపిస్తుంటే చెట్లపై ఉన్న పక్షులన్నీ కిలకిలమంటూ దిక్కుతోచక ఎగిరిపోయాయి.

ఊరు మొత్తాన్ని తెలియని తెల్ల పొగ కమ్మేసింది. పొగ విడిచాక చూస్తే.. గుడిలో ఒక్క రాయి కూడా కదలలేదు, కనీసం ఆ గోడకున్న నాచు కూడా రాలలేదు! కానీ విల్సన్ గుండె ఆగిపోయినంత పనైంది. ఆ రాత్రి విల్సన్ నిద్రపోతున్న టెంటులో విచిత్రమైన శబ్దాలు వినిపించాయి. గుడిలో వినిపించాల్సిన గంటలు ఆ దొర గుండెల్లో మోగుతున్నాయి. గజ్జెల చప్పుళ్లతో అతడి చెవుల్లో నుంచి రక్తం కారింది. వేల సంఖ్యంలో పాములు అతన్ని చుట్టుముట్టాయి.. కానీ అతనికి హాని చేయలేదు.

ఆ భయానికి విల్సన్‌కు పిచ్చి పట్టింది. పరిగెత్తి పరిగెత్తి.. ఆయాసం రావడంతో గుడి దగ్గరున్న శాసనం ముందు కూలబడిపోయాడు. ఆ శాసనంపై కత్తితో తన పేరును తానే చెక్కుతుంటే.. రాయిపై లోహం గీసుకుపోతున్న 'క్రీచ్.. క్రీచ్..' అనే శబ్దం ఆఖరి శ్వాస వరకు అతనికి వినిపిస్తూనే ఉంది. ఆ తర్వాత ఇదిగో నువ్వు నుంచున్న చోటే రాయి మీద తల కొట్టుకుని చనిపోయాడు. అందుకే బాబు.. ఆ నిధి ఆశ ఎవరికైనా చావునే చూపిస్తుంది."

ముసలాయన మాటలు వింటుంటే అశోక్‌కి వెన్నులో వణుకు పుట్టింది.

"ఏం ఆలోచిస్తున్నావు బాబు?" అన్న గంభీరమైన గొంతు విని అశోక్ ఉలిక్కిపడి వెనక్కి తిరిగాడు.

"ఇక్కడ ఉన్న పేర్లన్నీ ఈ ఆలయ నిధి కోసం ఆశపడి, అమ్మవారి ఆగ్రహానికి బలైన వారివే," అన్నాడు రామయ్య శాసనం వైపు చూస్తూ.

అశోక్ కుతూహలంగా, "పెద్దాయన! అసలు ఈ శాసనం ఎవరు వేయించారు? దీని గురించి నాకు కొంచెం విపులంగా చెప్తారా..?" అని అడిగాడు.

ముసలాయన ఒక దీర్ఘశ్వాస తీసుకుని, పక్కనే ఉన్న అరుగు మీద కూర్చున్నాడు. "ఔరంగజేబు సైన్యం వెళ్లిపోయిన తర్వాత ఈ ప్రాంతాన్ని ఏలే ఒక రాజు, నిధి కోసం గుడి గర్భాలయం కింద తవ్వాలని చూశాడు. కానీ అప్పుడే ఆ గుడిలో నుండి ఒక చిన్న పాప బయటకు వచ్చి, 'వద్దు' అని హెచ్చరించింది. ఆ రాజు వినలేదు. ఆ మరుసటి రోజు.. రాజుతో సహా లోపలికి వెళ్లిన వందల మంది మాయమైపోయారు. కనీసం వాళ్ల శవాలు కూడా దొరకలేదు. ఇలా అనేక మంది చనిపోవడంతో గ్రామస్తులే భయంతో, అమ్మవారితో ఆటలాడొద్దు అని ఈ శాసనం వేయించారు."

అశోక్‌కి రామయ్య చెప్తుంది వింటుంటే ఒళ్ళు జలదరించింది. నోట మాట రావడం లేదు. ఆ శాసనం మీదున్న 'Robert Willson' అనే పేరును తడిమితే, అతనికి విల్సన్ ఆఖరి నిమిషంలో అనుభవించిన నరకం గుర్తొచ్చి చెయ్యి వెనక్కి లాగేసుకున్నాడు.

అశోక్ ఆ నిధి గురించి ఆలోచిస్తుండగా.. "అందుకే బాబు... ఈ గుడిలో ఉన్నది కేవలం రాయి కాదు, ఒక సజీవమైన శక్తి. ఆ నిధిని ముట్టుకోవాలనుకున్న ఏ చెయ్యి కూడా మళ్ళీ అన్నం తినడానికి మిగలలేదు!" అని చెప్పి ముసలాయన అక్కడి నుండి వెళ్ళిపోయాడు.

రామయ్య మాటలు ఆగిపోయినా, అశోక్ చెవుల్లో ఆ గుర్రాల డెక్కల చప్పుడు, పేలుడు ధ్వనులు ఇంకా మారుమోగుతూనే ఉన్నాయి. చుట్టూ ఉన్న గాలి ఒక్కసారిగా బరువెక్కినట్లు అనిపించింది. అతను ఆ రాతి శాసనం వైపు చూశాడు. ఇంతవరకు అది అతనికి కేవలం ఒక పాత రాయిలా కనిపించింది, కానీ ఇప్పుడు అది వందలాది మంది మరణాలకు సాక్ష్యంగా నిలబడిన ఒక శ్మశాన వాటికలా కనిపిస్తోంది.

అశోక్ తన అరచేతులను చూసుకున్నాడు.. అవి చెమటతో తడిసిపోయి వణుకుతున్నాయి. రాబర్ట్ విల్సన్ అనే శక్తివంతమైన బ్రిటిష్ అధికారి తన కత్తితో తన పేరును తానే

చెక్కుకుంటూ ప్రాణాలు వదిలాడన్న మాట అశోక్ ఊహల్లోకి వచ్చి అతన్ని ఉక్కిరిబిక్కిరి చేసింది. "ఒక మనిషి ఎంతటి భయానికి లోనైతే తనను తాను రక్కుకుంటూ ఇక్కడ చనిపోయి ఉంటాడు?" అన్న ఆలోచన అతని వెన్నులో వణుకు పుట్టించింది. చుట్టూ ఉన్న చెట్ల ఆకులు గాలికి కదులుతుంటే, అవి పాములు పాకుతున్న శబ్దాల్లా అతనికి వినిపించసాగాయి. ఒక్క క్షణం అక్కడి నుండి పారిపోవాలనిపించింది.

"ఔరంగజేబు అంతటి చక్రవర్తి ఐదువందల మంది సైన్యాన్ని పంపాడంటే.. బ్రిటీష్ వారు డైనమైట్లు పెట్టి పేల్చాలని చూశారంటే.. అక్కడ ఉన్న సంపద సామాన్యమైనది కాదు!" అన్న ఆలోచన అశోక్ భయాన్ని నెమ్మదిగా పక్కకు నెట్టేసింది. ఆ రాతి శాసనం మీద ఉన్న ప్రతీ పేరు ఒక హెచ్చరికలా కాకుండా, ఆ నిధి విలువను చెప్పే ఒక ప్రకటనలా అతనికి అనిపించసాగింది.

అతను ఆ శిలాశాసనాన్ని తాకబోయి, ఆ రాతిలోని చల్లదనం అతని నరాల్లోకి ప్రవహించినట్లు అనిపించి ఒక్కసారిగా వెనక్కి లాక్కున్నాడు. రామయ్య చెప్పినట్లు అది కేవలం రాయి కాదు.. ఒక సజీవమైన మర్మం. కానీ అశోక్ ఇప్పుడు ఆ మర్మానికి బానిస అయిపోయాడు. తన ప్రాణాల కంటే ఆ 'పాత గుడి' గర్భాలయంలో దాగి ఉన్న రహస్యమే అతనికి ముఖ్యం అనిపించింది.

అతను ఊరి వైపు అడుగులు వేస్తున్నా, అతని ఆత్మ మాత్రం ఆ గుడి మెట్ల దగ్గరే ఆగిపోయింది. ఆ గుడివైపు చూశాడు. "రాత్రి తను చూసిన ఆ చిన్న పాప, రామయ్య చెబుతున్న వందల ఏళ్ల క్రితం పాప ఒకరేనా? ఆ అమ్మాయి ఇంకా చనిపోలేదా? లేక ఆమె దైవిక శక్తికి రూపమా?" అని అశోక్ తనని తాను ప్రశ్నించుకున్నాడు.

ఆ ఊరి పంచాయితీ ఆఫీసు వైపు నడుస్తున్న అశోక్ మనసులో ఇప్పుడు ఒకటే ఆలోచన.. ఆ నిధి ఎక్కడుంది?

ఈ గంభీరమైన సమాచారంతో అశోక్ మెదడు మొద్దుబారిపోయింది. అతను ఆ గుడి రహస్యాన్ని ఎలాగైనా ఛేదించాలని, కానీ తన ప్రాణాలు కాపాడుకుంటూ ఎలా ముందుకు వెళ్లాలో ఆలోచిస్తూ పంచాయితీ ఆఫీసు వైపు అడుగులు వేశాడు.

CHAPTER THREE

కళ్ల ముందే మాయమైన మనుషులు

మాయాపురం పంచాయితీ భవనం కేవలం ఒక ఆఫీసులా కాకుండా, గతాన్ని దాచుకున్న ఒక సాక్షిలా కనిపిస్తుంది. అది ఒకప్పుడు బ్రిటీష్ కాలం నాటి విశ్రాంతి భవనం కావడంతో, దాని నిర్మాణం చూస్తేనే అశోక్‌కి ఒక రకమైన గగుర్పాటు కలిగింది. పెంకులతో ఉన్న ఎత్తైన పైకప్పులు, నల్లని రాతి దూలాలు, గోడలపై అక్కడక్కడా పగుళ్ల నుంచి బయటకు వస్తున్న మర్రి ఊడలు ఆ భవనానికి ఒక పురాతన రూపాన్ని ఇచ్చినట్టుగా అశోక్‌కి అనిపించింది.

బయట భానుడు సెగలు గక్కుతున్నా, లోపల మాత్రం ఎప్పుడూ ఒక రకమైన నిశ్శబ్దం, గడ్డకట్టే చల్లదనం రాజ్యమేలుతుంటాయి. గాలి తగిలితే కిర్రుమనే పాత కిటికీలు,

దుమ్ము పట్టి, తుప్పు పట్టిన అల్మారాలు ఆ గదుల్లో ఏదో రహస్యం దాగి ఉందని హెచ్చరిస్తున్నట్లు ఉన్నాయి.

అశోక్ చెమటలు తుడుచుకుంటూ, భయం భయంగా ఆ నిశ్శబ్దాన్ని ఛేదిస్తూ లోపలికి అడుగుపెట్టాడు. అక్కడ కుప్పలు తెప్పలుగా ఉన్న పాత ఫైళ్ల మధ్య, ఒక యువకుడు కీబోర్డ్ మీద వేళ్లతో యుద్ధం చేస్తున్నాడు. ఆ నిశ్శబ్దంలో వినిపించే ఏకైక శబ్దం ఆ కీబోర్డ్ క్లిక్కులు మాత్రమే. అతనే వంశీ. కొన్ని నెలల క్రితమే ఇక్కడికి సెక్రటరీగా వచ్చాడు. కాలం చెల్లిన ఆ రికార్డులను కంప్యూటరైజ్ చేసే పనిలో అతను ఎంతగా మునిగిపోయాడంటే, అశోక్ లోపలికి వచ్చిన విషయాన్ని కూడా గమనించలేదు.

"ఎక్స్‌క్యూజ్ మీ... వంశీ గారు?" అశోక్ గొంతులో వణుకు ఆ గది గోడలకు తగిలి ప్రతిధ్వనించింది.

వంశీ తలెత్తకుండానే, ఒక్క నిమిషం బాస్.. ఈ డేటా ఎంట్రీ పూర్తి కానివ్వండి," అన్నాడు. కాసేపటికి స్క్రీన్ వైపు నుంచి కళ్లు తిప్పి, "చెప్పండి.. పక్క ఊరి సెక్రటరీ అశోక్ గారు మీరేనా? నిన్న వస్తారనుకున్నాను, ఏమైంది బాస్? మీ ముఖం అలా పాలిపోయింది ఏంటి?" అని అడిగాడు.

"ఏం లేదు వంశీ గారు.. మీ ఊరికి, మా ఊరికి మధ్యలో ఉన్న సరిహద్దు సర్వే నెంబర్ల గురించి మాట్లాడేందుకు వచ్చాను, కానీ

ఇక్కడ జరిగిన కొన్ని సంఘటనలు నన్ను నిద్రపోనివ్వడం లేదు" అంటూ అశోక్ కంగారుగా చెప్పాడు.

"నాకు అర్థం కాలేదు అండి.. సర్వే సెంబర్ల పని మీద అంటున్నారు కానీ, నిద్రపట్టడం లేదంటున్నారు.. కొంచెం క్లారిటీగా చెప్తారా.." అయోమయంగా అన్నాడు.

అశోక్ తడబడుతూనే, "ఈ ఊరు... ఆ గుడి... అందరూ అనుకుంటున్నట్టు అది మామూలు ప్రదేశం కాదు. నేను నా కళ్లతో చూశాను!" అన్నాడు.

వంశీ తన కుర్చీలో వెనక్కి ఆనుకుని, ఒక వెక్కిరింత నవ్వు నవ్వి, "ఏం చూశారు? ఏదైనా అడవి జంతువు కనిపించిందా? లేదా రాత్రి ఏదైనా భయపడి కలగన్నారా?" అన్నాడు.

"కల కాదు వంశీ! ఇదిగో చూడండి.." అంటూ అశోక్ తన వణుకుతున్న చేతులను చూపించాడు. "నిన్న రాత్రి ఆ కొండ మీద... ఒక చిన్న పాప. ఆకుపచ్చ పట్టుపరికిణి జాకెట్టుతో పక్కనే పది అడుగుల కృష్ణ సర్పాన్ని పెట్టుకుని ఆడుకుంటోంది. అది పాము కాదు, కాల యముడు! ఆ పాప నాతో మాట్లాడింది... 'అమ్మ ఎవరినీ చంపదు, మాయం చేస్తుంది' అని చెప్పి కళ్ల ముందే గాలిలో కలిసిపోయింది. ఎప్పుడైనా ఆ గుడి దగ్గరున్న శాసనం చూశారా? దాని మీద రాబర్ట్ విల్సన్ అని ఉంటుంది..

వందల ఏళ్ల క్రితం నిధి కోసం వచ్చి పిచ్చోడై చనిపోయిన దొర పేరు అది!" అంటూ వణుకుతూ చెప్పాడు.

వంశీ నవ్వుతూ లేచి నిలబడ్డాడు. "చూడండి అశోక్ గారు... ఇప్పుడు మనం టెక్నాలజీ యుగంలో ఉన్నాం. ఇప్పుడు ప్రపంచం ఏఐ, స్పేస్ టెక్నాలజీ గురించి మాట్లాడుతోంది. మీరు ఇంకా ఈ పాములు, మాయల దగ్గరే ఆగిపోయారా? ఆ శాసనం మీద పేర్లు ఎప్పుడో అరిగిపోయి ఉంటాయి. అది చూసి మీరు ఊహించుకుంటున్నారు. ఆ పాప ఎవరో ఊరి పిల్ల అయి ఉంటుంది. ఇక ఆ పాము అంటారా... అడవి ప్రాంతంలో పాములు ఉండటం కామన్!" అని కొట్టిపారేశాడు.

"కాదు వంశీ! ఆ పాప కళ్లు... అవి మనుషుల కళ్లు కావు. వెలుగుతున్న ప్రమిదల్లా ఉన్నాయి. గుడి దగ్గరకు వెళ్లగానే గాలిలో ఒక రకమైన పురాతన సాంబ్రాణి వాసన వస్తోంది. రామయ్య చెప్పాడు... అది అమ్మవారి ఇలాకా అని. గాలి కూడా ఆమె అనుమతి లేనిదే వీచదట!" అశోక్ ఆవేశంగా చెప్తుంటే, వంశీ మొహంలో మాత్రం అపనమ్మకం స్పష్టంగా కనిపిస్తోంది.

"అయినా ఈ రోజుల్లో పాములు, పాలు తాగే పిల్లలు ఏంటండి? ఆ రాతి మీద పేర్లు వాతావరణ మార్పుల వల్ల అరిగిపోయి అలా కనిపిస్తాయి. అంతకుమించి ఏం లేదు.. ఇవన్నీ పాత కాలపు కట్టుకథలు!" అని కొట్టిపారేశాడు వంశీ.

"నమ్మకం లేకపోతే కష్టం వంశీ... ఆ శాసనం చూస్తే మీరే నమ్ముతారు.." అని అశోక్ పట్టుబట్టాడు.

వంశీ అశోక్ భుజం తట్టి, "సరే బాస్... మీ భ్రమను తొలగించడానికి మీతో వస్తాను. ఆ రహస్యం ఏదో ఈ రోజు తేల్చేద్దాం. పదండి... ఇప్పుడే ఆ కొండ మీద ఏముందో చూద్దాం!" అంటూ లేచాడు.

వంశీ నడుస్తుంటే అశోక్ మనసులో మాత్రం ఒకటే భయం... 'ఇప్పుడు చేస్తున్న ఈ పని, అమ్మవారి మాయ ముందు తలవంచుతుందా? లేక వంశీ ఆ శాసనం మీద మరో పేరుగా మిగిలిపోతాడా?'

వంశీకి కొండమీదకు వెళ్లడానికి ఇష్టం లేకపోయినా.. అక్కడేం లేదు అని అశోక్‌ని నమ్మించడానికి కొండపైకి వస్తానన్నాడు. మధ్యలో అశోక్ తన ఫోన్ ఓపెన్ చేసి.. మాయాపురం గురించి తాను చూసిన ఆర్టికల్‌ను వంశీకి చూపించాడు.

వర్షానికి కడిగినట్టు ఉన్న ఆ శాసనం మీద పేర్లు చూసి వంశీ ఒక్క క్షణం ఆగిపోయాడు. గూగుల్ లో ఉన్న డేటా, ఆ రాతి మీద ఉన్న రాబర్ట్ విల్సన్ పేరు మ్యాచ్ అవ్వడం చూసి అతనిలో ఏదో తెలియని కుతూహలం మొదలైంది.

"అంటే... నిజంగానే ఇక్కడ ఏదో మిస్టరీ ఉందంటారా? సరే అయితే ఈ రాత్రికి మనం మళ్లీ ఈ పాత గుడి దగ్గరకు వద్దాం..

ఒకవేళ మీరు అన్నట్టే ఇక్కడ నిధులు ఉంటే అవి ప్రభుత్వానికే అప్పగిద్దాం" అని వంశీ చెప్పడంతో ఇద్దరు అక్కడి నుంచి పంచాయితీకి బయల్దేరి వెళ్లారు.

సరిగ్గా సాయంత్రం ఐదు గంటలు అయినట్టుగా గోడమీద ఉన్న గడియారంలో నుంచి ఒక చిలుక బయటకు వచ్చి ఐదు సార్లు కూసి.. భయంతో లోపలికి వెళ్లినట్టు వెళ్లిపోయింది.

వంశీ, అశోక్ టార్చ్ లైట్లు, కెమెరాలు సర్దుకుంటూ రాత్రి గుడి దగ్గరకు వెళ్లాల్సిన ప్లాన్ గురించి మాట్లాడుకుంటున్నారు. బయట ఒక్కసారిగా గాలి వేగం పెరిగింది. ఆ పాత భవనం కిటికీలు 'ధభ్.. ధభ్..' మంటూ కొట్టుకోవడం మొదలయ్యాయి. ఆఫీసులోని పాత ఫైళ్లు గాలికి రెపరెపలాడుతూ కింద పడిపోతున్నాయి.

సరిగ్గా అప్పుడు.. ఆ గది గడప మీద ఒక నీడ పడింది.

వంశీ, అశోక్ ఇద్దరూ తలుపు వైపు చూశారు. అక్కడ ఒక అమ్మాయి నిలబడి ఉంది. ఆమె రాకతో అప్పటి వరకు అల్లకల్లోలంగా ఉన్న గాలి ఒక్కసారిగా స్తంభించిపోయింది. గదిలోకి పచ్చ కర్పూరం, మల్లెపూల వాసన నెమ్మదిగా పాకింది. ఆమె కట్టుకున్న ముదురు ఎరుపు రంగు చీర, నుదుట కుంకుమ బొట్టు, కళ్లలో వెలుగుతున్న ఒక రకమైన దైవిక తీక్షణత చూసి అశోక్ తెలియకుండానే చేతులు జోడించాడు.

పంచాయితీలోకి అడుగు పెట్టింది ఎవరో కాదు దేవి. ఊర్లో దేవి తెలియని వాళ్లంటూ ఉండరు. అందరూ ఆమెను తమ ఇంటి ఆడపిల్లగా, అమ్మవారి రూపంగా చూస్తారు. అందరూ కొండపైన ఉన్న గుడికి వెళ్లేందుకు భయపడితే.. దేవి మాత్రం అక్కడికి ధైర్యంగా వెళ్లగలదు. అక్కడ అప్పుడప్పుడు దీపం వెలిగించి వస్తుంది.

వంశీ ఆశ్చర్యంగా, "దేవీ! నువ్వు ఈ సమయంలో ఇక్కడ ఏంటి?" అని అడిగాడు.

దేవి ఒక్క అడుగు లోపలికి వేసింది. ఆమె కాలి గజ్జెల శబ్దం ఆ నిశ్శబ్దంలో ఒక హెచ్చరికలా మోగింది. ఆమె వంశీ కళ్లలోకి సేరుగా చూస్తూ గంభీరమైన గొంతుతో, "కాలం మించిపోతోంది వంశీ! మీరు వెళ్లాలనుకుంటున్న బాటలో నిధులు లేవు.. కేవలం శ్మశాన నిశ్శబ్దం మాత్రమే ఉంది. మృత్యువు తన గొలుసులతో మీ కోసం ఎదురుచూస్తోంది. ఈ రాత్రికి మీ ప్రయాణం ఆపండి!" అని చెప్పి వెళ్లిపోయింది.

ఆమె వెళ్లిన తర్వాత కూడా ఆ గదిలో పచ్చకర్పూరం వాసన, దేవి చెప్పిన మాటలు ప్రతిధ్వనిస్తూనే ఉన్నాయి. వంశీ చేతిలోని టార్చ్ లైట్ ఒక్కసారిగా ఆఫ్ అయ్యి ఆన్ అయింది. అశోక్ ఒళ్లు జలదరించింది.

అశోక్‌కి దేవి మీద అనుమానం వచ్చి, వంశీని అక్కడే ఉండమని చెప్పి దేవి వెనకే వెళ్ళాడు. ఆ రోజు గుడిలో జరిగిన సంఘటనను దేవికి కూడా వివరిద్దామని.

దేవి ఇంటికి వెళ్లిపోతుంటే.. తానెవరో ఆమెకి తెలియక పోయినా ఆ గుడి రహస్యం తెలుసుకునేందుకు అశోక్ ఆమె వెనుక వేగంగా నడుస్తూ వెళ్లాడు.

"దేవి మీరెవరో నాకు తెలియదు. మీరు మమ్మల్ని ఎందుకు అగిపోమన్నారో కూడా నాకు తెలీదు. కానీ నేను నిన్న గుడికి వెళ్లినప్పుడు ఒక చిన్నమ్మాయి కనిపించింది. ఆ పాపతో పాటు ఓ పెద్ద కృష్ణ సర్పం కూడా ఉంది. నా పక్క నుంచే వెళ్లింది. కానీ ఆ పాప అమ్మ మాయం చేస్తుంది అంటూ చెప్పడం ఇప్పటికీ నా చెవుల్లో వినిపిస్తూనే ఉంది. అక్కడ ఏం జరిగింది.. అనేది నాకు ఇప్పటికీ స్పష్టంగా అర్థం కావడం లేదు" కంగారుగా దేవితో చెప్పాడు అశోక్

దేవి చిన్నగా నవ్వి.. "నువ్వు చూసింది నిజమే. నాకు ఈ ఊళ్లో ఎప్పుడు ఏం జరుగుతుందో అంతా తెలుసు.. మీరు అన్నట్టు ఆ పాప, ఆ పాము ఈ ఊరి రక్షకులు. అత్యాశతో వెళ్లిన వారిని అమ్మ శిక్షించదు.. కేవలం మాయం చేస్తుంది!" అని చెప్పింది.

అంతలో వంశీ కూడా పంచాయితీ నుంచి నేరుగా బ్యాగ్స్ లైట్స్ తీసుకుని వాళ్ల వెనుకే పరిగెత్తుకుని వచ్చాడు. దేవి కళ్లు ఒక్కసారిగా ఎర్రబడ్డాయి.

వంశీ షాక్ అయ్యాడు. "దేవీ.. మేం వెళ్తున్నామని నీకెలా తెలుసు? అయినా ఇదంతా నా డ్యూటీ. ఎవరో దొంగలు నిధి కోసం తవ్వుతున్నారని ఇన్ఫర్మేషన్ ఉంది. వాళ్లని పట్టుకోవాలి!" అని దేవికి అబద్ధం చెప్పాడు..

దేవి ఒక చిన్న నవ్వు నవ్వింది. ఆ నవ్వులో ఒక రకమైన జాలి ఉంది. "నీ సైన్స్‌కి అందని శక్తులు ఆ కొండ మీద ఉన్నాయి వంశీ. అవునా, ఎవరో గుడి దగ్గర తవ్వడానికి వస్తున్నారా" అని ఒక్కసారిగా గట్టిగా నవ్వి మళ్లీ చెప్పడం మొదలుపెట్టింది.

"గుడి దగ్గర మీ కళ్ల ముందు తవ్వేది మనుషులు కాదు.. వారిని నడిపించేది అమ్మవారి మాయే! అమ్మ తన బిడ్డలను కాపాడుకోవడానికి ఎంతటి కరుణ చూపిస్తుందో.. తన గుడిని తాకాలనుకునే వాళ్లపై అంతటి అగ్నిని కురిపిస్తుంది. అందుకే చెప్తున్నా మీరు వెళ్లడం ఆపండి!" అని ఆజ్ఞాపిస్తున్నట్టుగా చెప్పింది.

"దేవి చెప్పింది విన్నారు కదా? ఆమె సామాన్యమైన మనిషి కాదు.. ఆమె చెప్పిందంటే.. కచ్చితంగా అక్కడేదో ఉంది. అదేంటో మనం తెలుసుకుందాం!" అని వంశీ అశోక్ చేయి పట్టుకున్నాడు.

దేవి మళ్లీ కోపంగా చూసేసరికి.."వద్దు దేవీ... ఈ మూఢనమ్మకాలు నేను నమ్మను. ఇదంతా ఒక భ్రమ!" అని వంశీ విసుగ్గా అనబోతుండగా...

దేవి వంశీ కళ్లలోకి చూడగానే అతని ఒళ్లు జలదరించింది. ఆమె గొంతులో లోతైన గంభీరత్వం ధ్వనించింది. "మూఢనమ్మకమా? అయితే విను... మీరు రాత్రి 11 గంటలకు గుడి వెనుక వైపు నుండి లోపలికి వెళ్లాలనుకుంటున్నారు కదా? కానీ మీకంటే ముందే అక్కడికి మరో నలుగురు వస్తారు. ఆ నలుగురు నిధి కోసం తవ్వడం మొదలుపెడతారు. వారు మాయం అవ్వడం మీ కళ్ళతోనే చూస్తారు.. అది చూశాక కూడా మీ ప్రాణాలు మీకు దక్కుతాయో లేదో ఆ అమ్మవారే నిర్ణయించాలి!" అని చెప్పి దేవి తన దారంతట తను వెళ్ళిపోయింది.

మళ్లీ వంశీ, అశోక్ కొంచెం అనుమానంగానే.. రాత్రికి గుడికి వెళ్లాలా వద్దా అని వంశీ రూమ్‌లో కూర్చుని ఆలోచించుకున్నారు.

రాత్రి 10 గంటలు అయ్యింది..

“చూడు అశోక్.. ఇప్పటి వరకు మీరు విన్నది అంతా చరిత్రే.. కానీ తొలిసారిగా ఈ రాత్రి మనం ఆ చరిత్రను చూడబోతున్నాం” అని వంశీ తన చేతిలోని కెమెరా బ్యాగ్‌ని అశోక్ చేతికి అందించాడు..

"ఊరుకో వంశీ.. చరిత్రను చూస్తామా.. లేదా మనం కూడా చరిత్రలో కలిసిపోతామా" అని అప్పటి వరకు బ్యాగ్ సర్దుకున్న అశోక్ ఆగిపోయాడు. కానీ వంశీ బలవంతం చేయడంతో అశోక్ వెళ్లకుండా ఉండలేకపోయాడు.

అసలు ఈ గుడి గురించి ముందు తెలుసుకున్న అశోక్ భయపడుతుంటే.. వంశీకి మాత్రం అసలేంటి మిస్టరీ తెలుసుకుందామని కుతుహలంగా ఉంది.

రాత్రి 11 గంటలు అయ్యింది. ఆకాశం చాలా నిర్మలంగా ప్రశాంతంగా కనిపించింది. అశోక్‌కు ఇది నాలుగోసారి ఈ గుడికి రావడం. ఈసారి ఎందుకో అశోక్‌కి తుఫాన్ ముందు ప్రశాంతతలా అనిపించింది. అమావాస్య దరిదాపుల్లో ఉండటంతో చీకటి అలుముకుంది. వంశీ, అశోక్ గుడి దగ్గరున్న ముళ్ల పొద చాటున శ్వాస బిగబట్టి కూర్చున్నారు. దేవి చెప్పినట్టే.. నలుగురు వ్యక్తులు ముఖానికి గుడ్డలు కట్టుకుని, పారలు, గునపాలతో గుడి గోడ కింద తవ్వడం మొదలుపెట్టారు.

వంశీ కెమెరా తీసి రికార్డ్ చేయబోతుండగా... గాలి గమనం మారింది. వాతావరణంలో సాంబ్రాణి, పచ్చకర్పూరం వాసన గుప్పుమంది. అశోక్ గుండె వేగంగా కొట్టుకుంటోంది.

అడవిలోని కీచురాళ్ల శబ్దం ఆగిపోయింది. ఆ నిశ్శబ్దాన్ని చీలుస్తూ.. గుడి లోపల నుండి 'ఘల్లు... ఘల్లు...' మనే

మృదుపైన గజ్జెల శబ్దం వినిపించింది. అది కేవలం శబ్దం కాదు, ఒక మృత్యువు పిలుపులా ఉంది.

గుడి గర్భాలయం లోపల ఒక వెలుగు వెలిగినట్టు అశోక్‌కి కనిపించింది. ఆ వెలుగులో నుండి ఆ చిన్న పాప నడుచుకుంటూ బయటకు వచ్చింది. ఆమె పాదాలకు ఉన్న వెండి గజ్జెల నుంచి వస్తున్న ఆ శబ్దం గాలిలో వింతగా ప్రతిధ్వనిస్తోంది. ఆమె ఆకుపచ్చ రంగు పట్టుపరికిణి జాకెట్టు ఆ చీకటిలో ధగధగ మెరుస్తున్నాయి. ఆమె వెనకే.. కటిక చీకటిని చీల్చుకుంటూ ఒక భారీ కాలనాగు పడగ విప్పి, ఆ పాపకు గొడుగు పట్టినట్టుగా సాగుతోంది. దాని కళ్లు ఎర్రటి నిప్పుకణికల్లా మెరుస్తున్నాయి.

తవ్వుతున్న నలుగురు వ్యక్తులు ఆ పాపను చూసి ఒక్కసారిగా గడ్డకట్టుకుపోయారు. వారు కేకలు వేయాలని చూశారు, కానీ వారి గొంతుల్లోంచి గాలి కూడా బయటకు రావడం లేదు. గొంతులు నొక్కేసినట్టుగా వారు గిలగిలలాడారు.

ఆ పాప వారి దగ్గరకు వెళ్లి, తన చిటికెన వేలును పెదవులపై ఉంచి "ష్... నిశ్శబ్దం!" అని గుసగుసలాడింది. ఆ క్షణం.. ఆకాశం నుండి ఒక మెరుపు మెరిసింది. ఆ మెరుపు కాంతిలో ఆ పాప కళ్లు వెలుగుతున్న దీపాల్లా భయంకరంగా మారాయి. ఆ భారీ సర్పం ఒక్కసారిగా బుస కొడుతూ వారి మీదుగా వెళ్ళింది. అప్పటి వరకు అక్కడ కనిపించిన నలుగురు మనుషులు.. క్షణంలో మాయమైపోయారు.

వారు పట్టుకున్న గునపాలు కింద పడ్డాయి, కానీ మనుషులు మాత్రం గాలిలో కర్పూరంలా ఆవిరైపోయారు. ఒక్క చుక్క రక్తం లేదు, ఒక్క ఎముక ముక్క కూడా మిగలలేదు. వారు తవ్విన గోతిని గాలి ఒక్కసారిగా మట్టితో పూడ్చేసింది. అంతా కేవలం క్షణాల్లో జరిగిపోయింది.

ఈ దృశ్యం చూసిన వంశీ చేతిలోని కెమెరా పట్టు తప్పి కింద పడిపోయింది. అతను నమ్మే సైన్స్, అతను గర్వపడే టెక్నాలజీ ఆ దైవిక శక్తి ముందు మోకరిల్లాయి. వంశీ కళ్లలో నీరు తిరిగింది.. అది భయం కాదు, ఒక తెలియని దిగ్భ్రాంతి. అశోక్ నోరు తెరిచి అలాగే ఉండిపోయాడు, అతని గుండె చప్పుడు అతనికే వినబడుతోంది.

వంశీ, అశోక్ పరిగెత్తేందుకు ప్రయత్నించినా.. కాలు ముందుకు కదల్లేదు. ఇద్దరూ రాతి బొమ్మల్లా మారిపోయారు. ఆ పాప మెల్లగా తల తిప్పి, వారు దాక్కున్న పొద వైపు చూసింది. ఆమె ముఖం మీద ఒక చిన్న నవ్వు.. ఆ నవ్వులో హెచ్చరిక ఉంది. ఆమె ఆ సర్పంతో సహా గుడిలోకి నడిచి వెళ్ళిపోయినట్టుగా మాయమైపోయింది. ఆ వెంటనే గాలిలో మళ్ళీ సాంబ్రాణి, పచ్చ కర్పూరం వాసన గుప్పుమంది.

అశోక్ కి ఇప్పుడు అర్థమైంది.. మాయాపురంలో మనుషులు చనిపోవట్లేదు.. అమ్మవారి మాయలో మాయమైపోతున్నారు!..

ఇద్దరూ ఊపిరి బిగబట్టి, వెనక్కి తిరిగి చూడకుండా పరుగున ఊళ్లోకి వచ్చారు. అశోక్ గొణిగాడు.. "వంశీ! అమ్మ చంపదు.. కేవలం మాయం చేస్తుంది!"

ఆ చీకటి రాత్రి, గుడి ప్రాంగణంలో జరిగిన దృశ్యం చూశాక వంశీకి నోట మాట రాలేదు. తను నమ్మే సైన్స్, తను చదువుకున్న చదువు ఆ నలుగురు వ్యక్తులు గాలిలో కలిసిపోయిన క్షణంలోనే ఆవిరైపోయాయి. అశోక్ వణుకుతున్న చేతులతో వంశీ భుజం పట్టుకుని, "వంశీ... పద! ఇక్కడ ఒక్క క్షణం ఉన్నా మనం కూడా ఆ శాసనం మీద పేరుగా మారిపోతాం!" అని గుసగుసలాడాడు.

గుడి నుంచి వాళ్లిద్దరూ భయపడుతూనే వంశీ ఉంటున్న రూమ్‌కి వెళ్లారు.

దేవి చెప్పినట్టుగానే గుడి దగ్గర జరిగినది ఊహించుకుంటే వంశీ, అశోక్‌లకు రాత్రి నిద్ర పట్టలేదు. ఒళ్లంతా చెమటలు కక్కుతూనే ఉన్నారు. తమ కళ్లముందే నలుగురు మనుషులు కర్పూరంలా మాయమైపోవడాన్ని ఇప్పటికీ నమ్మలేకపోతున్నారు. ఎప్పుడు ఉదయం అవుతుందా.. ఎప్పుడు దేవిని కలవాలా అని సూర్యుడి రాక కోసం ఎదురుచూస్తున్నారు.

CHAPTER FOUR

మాయాపుర రక్షకురాలు..

మరుసటి రోజు ఉదయం 8 గంటలు అవుతోంది. మాయాపురంలో సూర్యుడు ఉదయించినా, ఇంకా ఆ చీకటి రాత్రి నీడలోనే ఉన్నట్టు అనిపించింది అశోక్‌కి. వంశీని తీసుకుని సేరుగా దేవి ఇంటికి బయల్దేరాడు. దేవి తన ఇంట్లో కూర్చుని జపమాల తిప్పుతోంది. ఆమె ముఖం ప్రశాంతంగా ఉన్నా, కళ్లలో ఒక వింతైన మెరుపు ఉంది.

వంశీ రాగానే దేవి కాళ్ల దగ్గర కూలబడిపోయాడు. "దేవీ... నువ్వు చెప్పింది అక్షరాలా నిజం! వాళ్లు... ఆ నలుగురు... కేవలం క్షణాల్లో గాలిలో కలిసిపోయారు. నా సైన్స్, నా కెమెరా.. అన్నీ ఆ శూన్యంలో ఓడిపోయాయి. అసలు ఏం జరిగిందో చూసిన నా కళ్లని నేనే నమ్మలేకపోతున్నాను. ఏ శబ్దం లేదు.. కనీసం

వాళ్లు చనిపోయిన ఆనవాలు కూడా లేదు!" అన్నాడు ఆయాసపడుతూ. అశోక్ పక్కనే వణుకుతూ నిలబడ్డాడు.

అశోక్ కూడా గొంతు సవరించుకుని, "అవును దేవి... నువ్వు చెప్పినట్టుగానే జరిగింది. ఆ పాప, ఆ పాము... అక్కడ జరిగిందంతా సాధారణంగా లేదు. ఆ నలుగురిని ఆ పాము మింగేయలేదు, ఏదో శక్తి వాళ్లని లాగేసుకున్నట్టు మాయం చేసింది. ఒక్క రక్తం చుక్క కూడా లేదు.. ఇది మనిషి ఊహకు అందని మిస్టరీ!" అన్నాడు భయంతో.

దేవి నెమ్మదిగా లేచి వారిద్దరి వైపు చూసింది. ఆమె కళ్లలో ఆ చిన్న పాప కళ్లలో ఉన్నట్టే తీక్షణమైన వెలుగు ఉంది. "వంశీ... ఏఐ, సైన్స్ అంటూ నువ్వు గొప్పలు చెప్పుకున్నావు కదా? ఇప్పుడు చెప్పు.. నీ సైన్స్ ఆ నలుగురిని వెనక్కి తీసుకురాగలదా? ఈ ప్రపంచంలో మనిషికి అందని శక్తులు కొన్ని ఉంటాయి. వాటిని నమ్మకం అంటారో, భయం అంటారో నీ ఇష్టం. కానీ మాయాపురంలో నడిచేది మాత్రం అమ్మవారి ఆజ్ఞ మాత్రమే," అంది.

వంశీ తల దించుకున్నాడు. "తప్పు చేశాను దేవీ... అంతా ట్రాష్ అని అహంకారంతో మాట్లాడాను. కానీ నిన్నటి వరకు నాలో లేని భయం, భక్తి ఈ ఒక్క రాత్రిలో పుట్టాయి. ఆ శాసనం కేవలం

రాయి కాదు.. అది అమ్మవారు రాసిన తీర్పు అని అర్థమైంది," అన్నాడు గంభీరంగా.

దేవి చెప్పినట్టే జరిగింది అంటే.. అక్కడ ఉన్న నిధి కూడా నిజమే అన్నమాట అని అశోక్ మనసులో అనుకున్నాడు. "ఇక్కడి నుండి వెళ్ళిపోదాం పద వంశీ, ఈ ఊరు మనకు ఏదో రహస్యాన్ని చెబుతోంది," అంటూ అశోక్ అక్కడ నుండి వెళ్లడానికి లేస్తూ.. ఆ గదిలో గోడపై ఒక పాత కాలపు ఫోటోని చూస్తాడు.

దాని మీద దుమ్ము పట్టి ఉన్నా, లోపల ఉన్న పాప రూపం స్పష్టంగా కనిపిస్తోంది. అశోక్ గుండె ఒక్కసారిగా ఆగినంత పనైంది. "వంశీ... అదుగో చూడు! రాత్రి మనం చూసిన పాప... సేమ్ ఈ ఫోటోలో ఉన్నట్టే ఉంది!" అని అరిచాడు.

వంశీ ఆ ఫోటోను దగ్గరకు తీసి చూశాడు. బ్లాక్ అండ్ వైట్ ఫోటో.. కానీ ఆ పాప కళ్లలో ఉన్న తీక్షణత మాత్రం సజీవంగా ఉంది. రాత్రి చూసిన మెరుపు ఇప్పుడు ఆ ఫోటోలో ఉన్న కళ్లల్లో కూడా కనిపిస్తోంది.

వంశీ, "దేవి.. దేవి.. రాత్రి మేము చూసింది.. ఈ ఫోటోలో ఉన్న అమ్మాయే.. మా ముందే మాయమైపోయింది. కానీ, ఈ ఫోటో ఏంటి ఎప్పటిదో పాత కాలం నాటిదిలా ఉంది..? అని ఆశ్చర్యంగా ఫోటో వైపు చూస్తూనే అడుగుతాడు.

దాన్ని చూస్తూ.. దేవి చిన్నగా నవ్వింది. "అవునా.. ఆ అమ్మాయి.. ఈ అమ్మాయేనా?" అని అడిగింది.

"తను చనిపోయి వందల ఏళ్లు అవుతుంది వంశీ," అంది దేవి నిశ్చలంగా. "అమ్మవారే తనను రక్షణగా తీసుకెళ్లిపోయిందని ఊరంతా చెప్పుకుంటారు. తను శరీరాన్ని విడిచిపెట్టింది కానీ.. అమ్మవారు చెప్పిన బాధ్యతని కాదు."

ఆ పాప గురించి చెప్తూ.. దేవి కళ్లు నీళ్లతో నిండాయి. ఆమె చూపు పాత ఫోటో నుంచి మళ్ళీ గతం వైపు మళ్ళింది.

"ఈ పాప పేరు 'మాయ'. ఈమె మా వంశానికి చెందిన బిడ్డ. కొన్ని వందల ఏళ్ల క్రితం మా ఊళ్లోనే ఉండేది. మాయ పుట్టినప్పుడు ఈ ఊరికి ఏదో కొత్త వెలుగు వచ్చినట్టు ఉండేది. ఆమె తల్లిదండ్రులు.. పార్వతమ్మ, శివయ్య.. మాయను కళ్ళలో పెట్టుకుని చూసుకునేవారు. వారిద్దరు కూడా ఆది దంపతులుగానే ఉండేవారు. ఆమె నడిస్తే గజ్జెల సవ్వడి కాదు, ఈ ఊరి గుండె చప్పుడు వినిపించేది. మాయకు ఆ పాత గుడి అన్నా, అక్కడ కొలువై ఉన్న అమ్మవారన్నా ప్రాణం. ఐదేళ్ల వయసులోనే ఆ గర్భాలయం ముందు కూర్చుని అమ్మవారితో గంటల తరబడి ముచ్చట్లు చెప్పేది. 'అమ్మా! నీకు ఆకలేస్తే ఈ పండు తిను.. నీకు ఒంటరిగా ఉంటే నేను తోడుంటా' అని ఆ విగ్రహంతో మాట్లాడుతుంటే ఊరంతా మురిసిపోయేది. కానీ.. ఆ చిన్నారి

నవ్వుల వెనుక మృత్యువు పొంచి ఉందని ఎవరూ ఊహించలేదు."

వంశీ, అశోక్ ఆ ఫోటో వైపు ఆశ్చర్యంగా చూస్తూ ఉండిపోయారు.

"కానీ, మాయ చిన్నతనంలోనే తన తల్లిదండ్రులను ప్రమాదంలో పోగొట్టుకుంది. మాయ తల్లిదండ్రులు చనిపోయాక, ఆమె అనాథ కాలేదు.. ఊరంతా మాయని తమ బిడ్డగానే చూసుకునేవారు. కానీ ఆమెకు ఉన్న అపారమైన ఆస్తి ఆమె పాలిట శాపమైంది. ఊళ్లో ఉన్న రెండు పెద్ద కుటుంబాలు అంటే.. పార్వతమ్మ, శివయ్యల కుటుంబాలు.. మాయను దత్తత తీసుకోవాలని పట్టుబట్టాయి. మాయ మీద ప్రేమతో కాదు, ఆమె పేరు మీద ఉన్న వేల ఎకరాల భూమి కోసం.

ఒకరు 'మా వంశపు రక్తం' అంటే, మరొకరు 'మా ఇంటి వారసురాలు' అని కత్తులు నూరారు. ఎనిమిదేళ్ల మాయకు ఆస్తి అంటే ఏంటో తెలియదు.. ఆమెకు తెలిసిందల్లా అమ్మవారే తన తల్లి అని! ఆ రెండు కుటుంబాలు ఆమెను లాక్కుంటుంటే.. ఆ చిన్నారి ఏడుస్తూ గుడిలోకి పారిపోయేది."

అది శ్రావణమాసపు చివరి శుక్రవారం. ఊరంతా పండగ వాతావరణం. గ్రామంలోని మహిళలంతా.. పచ్చగా పసుపు రాసుకుని మెరిసిపోతున్నారు. తన తల్లి చనిపోవడంతో.. మాయ

అప్పటి నుంచి ఎక్కువగా గుడిలోనే ఉంటోంది. ఆ రోజు మాత్రం.. మాయ తనకిష్టమైన ఆకుపచ్చ పట్టుపరికిణి జాకెట్టు వేసుకుని, చేతిలో అమ్మవారికి ఇవ్వడానికి ఒక మల్లెపూల మాలను పట్టుకుని గుడికి వచ్చింది. సరిగ్గా అదే సమయంలో ఆ రెండు వర్గాలు తమ మనుషులతో, కత్తులు, గొడ్డళ్లతో గుడి ప్రాంగణంలోకి దూసుకొచ్చాయి.

'మాయ మాకు కావాలి.. లేదంటే ఎవరికీ దక్కనివ్వం!' అంటూ గర్జించారు. ఒక్కసారిగా ఆ పవిత్ర ఆలయం రణరంగంగా మారింది. కత్తుల శబ్దాలు, ఆర్తనాదాలు మిన్నంటాయి. మాయ భయంతో వణికిపోతూ గర్భాలయం మెట్ల మీద నిలబడి 'అమ్మా' అంటూ ఏడుపు ప్రారంభించింది. భయంతో అమ్మవారి గర్భాలయంలోకి పరుగు తీసింది.

సరిగ్గా అదే సమయంలో ఒక వ్యక్తి విసిరిన గొడ్డలి గురి తప్పి.. అమ్మవారి పాదాల దగ్గర ఉన్న మాయ గుండెల్లోకి దిగింది. ఆ మల్లెపూల మాల మాయ రక్తంతో ఎర్రగా మారిపోయింది. ఆమె ఒక్క కేక కూడా వేయలేదు.. కేవలం అమ్మవారి విగ్రహం వైపు చూస్తూ అక్కడే కూలిపోయింది. మాయ కళ్లు మూత పడగానే, ఆకాశం ఒక్కసారిగా ఉరిమింది. అప్పటి వరకు మనుషుల రక్తంతో తడిసిన ఆ నేల మీద నుండి వేల పాములు ఉద్భవించాయి. ఆ గొడవ పడ్డ రెండు వర్గాల వాళ్ళను కళ్ళముందే చంపేశాయి."

మరుసటి రోజు ఉదయాన్నే గ్రామస్తులంతా గుడి దగ్గర గుమిగూడారు. కానీ అక్కడ అందరి శవాలు ఉన్నాయి కానీ.. మాయ శరీరం మాత్రం మాయమైపోయింది. రాత్రి రణరంగంగా మారిన ఆ ప్రాంతంలో ఇప్పుడు నిశ్శబ్దం ఆవరించింది. గాలి వేగంగా వీచింది. గుడిలో గంటలు ఘణ.. ఘణ మంటూ మోగుతూనే ఉన్నాయి. ఆ గ్రామస్తులు నిల్చున్న ప్రాంతం చుట్టూ గాలి సుడులు తిరుగుతోంది. తమకు ఏదో ప్రమాదం పొంచి ఉందని వారంతా భయపడ్డారు.

అప్పుడే గర్భాలయం నుంచి ఒక స్త్రీ గొంతు పలికింది. "మీరు గొడవ పడి పాపను చంపేశారు. చిన్నప్పటి నుంచి తను నాకు స్నేహితురాలిగా ఉంది. ఆకలి వేస్తోందా అంటూ పండ్లు తీసుకొచ్చి పెట్టింది. గుడిలో నేను ఒంటరిగా ఉంటున్నానని.. నాతో స్నేహం చేసింది. అలాంటి చిన్నారిని లేకుండా చేశారు. ఈ రోజు నుంచి మాయ నా గుడికి రక్షణగా ఉంటుంది. ఇకపై ఈమె మనిషి కాదు, మాయాపురపు కాపలాదారు" అని చెప్పింది.

అప్పటి నుండి ఈ నిధి కోసం, ఈ భూమి కోసం వచ్చే ప్రతి దుర్మార్గుడికి మాయ ఒక పీడకలగా మారింది. తన తల్లి (అమ్మవారి)ని తాకాలనుకునే ప్రతి ఒక్కరిని మాయ మాయం చేస్తూనే ఉంది."

వంశీకి వెన్నులో వణుకు పుట్టింది. "అంటే.. అమ్మవారు దెయ్యాలని ప్రోత్సహిస్తారా?" అని అడగబోతుంటే, అశోక్ వెంటనే వంశీని ఆపి, "పద.. ఇక్కడి నుంచి వెళ్లిపోదాం" అంటూ లేచాడు.

దేవి గంభీరంగా వారిని చూస్తూ, "ఆ అమ్మాయి దెయ్యం కాదు.. అమ్మవారి ప్రతిరూపం. ఆ అమ్మాయే ఈ ఊళ్లో అందరి ఇళ్లకు ఆడపడచు. మాయ ప్రాణాలు కోల్పోయినా.. అమ్మవారి ఆదేశం మేరకు.. ఇప్పటికీ ఈ ఊళ్లోనే ఉండిపోయింది" అని ఆగిపోయింది.

అశోక్.. మళ్లీ కూర్చుని.. "దేవి.. నాకు రామయ్య చెప్పాడు.. నిధి కోసం వచ్చిన అందరికీ ఆ చిన్నపాప మాయ కనిపించి మాయం చేసింది కదా మరి.. ఆ బ్రిటిష్ దొర విల్సన్ ఎందుకు పిచ్చివాడిగా మారిపోయాడు" అని అనుమానంగా అడిగాడు.

దేవి గంభీరంగా నవ్వింది. "విల్సన్ డైనమైట్లు పెట్టినప్పుడు, మాయ అతనికి ఒక్కడికే కనిపించింది. ఆ దొర పిచ్చోడిలా పరిగెడుతుంటే, మాయ అతని చెవిలో ఒకటే మాట చెప్పిందట.. 'నువ్వు పేల్చింది గుడిని కాదు.. నీ చావును!'. ఆ శబ్దానికి అతని చెవుల నుంచి రక్తం కారింది. ప్రాణం పోయే ముందు అతను ఆ శాసనం మీద తన పేరు రాస్తూ మాయ కాళ్ల మీద పడి క్షమించమని కోరాడట. అందుకే అతని పేరు శాసనం మీద వంకరగా ఉంటుంది.. అది భయం రాసిన అక్షరం! అంతా ఆ

అమ్మకే తెలుసు.. ఎప్పుడు ఏం చేయాలో, ఎవరికి ఏ శిక్ష వేయాలో!"

ఈ మాటలు విన్నాక అశోక్ వెన్నులో వణుకు పుట్టింది. "ఆ పాప అంత శక్తివంతంగా రక్షిస్తోందంటే, లోపల నిధి వెలకట్టలేనంత పెద్దది అయ్యుంటుంది!" అని అనుకున్నాడు.

దేవి మాటలు ముగించాక వంశీ, అశోక్ ఇద్దరూ మౌనంగా బయటకు వచ్చారు.

పంచాయితీలో కూర్చుని ఇద్దరూ దేవి చెప్పిన విషయం గురించి ఆలోచిస్తున్నారు. అశోక్ నిశ్శబ్దాన్ని ఛేదిస్తూ, "ఏఐ అని, సైన్స్ అని అందరూ టెక్నాలజీ వెంట పరుగులు పెడుతుంటే.. ఇంకా దైవశక్తి ఉందని ఈ ఊరు నిరూపిస్తోంది వంశీ," అన్నాడు.

"నిజమే అశోక్," అన్నాడు వంశీ గద్గద స్వరంతో. "ఇప్పటి వరకు పూనకాలు, మంత్రాలు అంటే వట్టి ట్రాష్ అని కొట్టిపడేసేవాడిని. కానీ నిన్న రాత్రి ఆ సీన్ చూశాకా.. భయంతో పాటు భక్తి కూడా పెరిగింది. మనం ఇప్పుడే ఆ గుడి దగ్గర బోర్డ్ పెట్టేద్దాం. ప్రభుత్వానికి లేఖ రాసి దీన్ని ఒక 'పవిత్ర క్షేత్రం'గా మారుద్దాం."

సరిగ్గా అప్పుడే అశోక్ ఫోన్ మోగింది. తన తమ్ముడి నుంచి కాల్ రావడాన్ని చూసి హడావిడిగా ఫోన్ లిఫ్ట్ చేసి ఇప్పుడే వస్తున్నా.. అంటూ కట్ చేసేశాడు.

"సారీ వంశీ ఇంటి దగ్గర నుంచి ఫోన్.. మా ఫాదర్‌కి హెల్త్ బాలేదు. ప్రస్తుతం ఐసీయూలో ఉన్నారంట నేను తప్పక వెళ్లాల్సిన పరిస్థితి. ఇకపై మాయాపురం గుడి బాధ్యత నీది" అంటూ వెళ్లిపోయాడు.

కారు ఎక్కే ముందు అశోక్ వంశీ చేయి పట్టుకుని "వంశీ! నేను వెళ్ళిపోతున్నాను. మనం అనుకున్నట్టే గుడి దగ్గర బోర్డులు, రాళ్లు ఏర్పాటు చేయించు. అవి ఆశతో ఉన్నవారిని ఎంత వరకు ఆపుతాయో నాకు తెలియదు. కానీ ఆ అమ్మవారు అనుమతిస్తేనే ఇక్కడ ఎవరైనా ప్రశాంతంగా ఉంటారు. జాగ్రత్త..!"

కారు మాయాపురం పొలిమేరలు దాటుతుంటే, అశోక్ ఫోన్ తీసుకుని.. తాను తీసుకున్న శాసనం ఫోటో ఓపెన్ చేశాడు. కానీ ఆ ఫోటోలో.. గతంలో లేని విధంగా.. రాబర్ట్ విల్సన్ పేరు కింద కొత్తగా అప్పుడే మొదలవుతున్నట్టుగా 'అ..' అనే అక్షరం కనిపిస్తోంది. అసలు అక్కడ 'అ' అనే అక్షరం ఎందుకు మొదలవుతోందో అశోక్‌కి అర్థం కాలేదు. నిజంగా అది అక్షరమేనా లేక తన భ్రమా అనుకుని ఫోన్ పక్కన పడేశాడు.

వారం రోజులు గడిచాయి.

వంశీ స్వయంగా దగ్గరుండి నల్లటి ఇనుప బోర్డులపై రక్తపు రంగులో పెద్ద అక్షరాలతో హెచ్చరికలు రాయించాడు.

"హెచ్చరిక: ఇది పురాతన రక్షిత క్షేత్రం. అనుమతి లేని ప్రవేశం, తవ్వకాలు నిషిద్ధం. అతిక్రమించరాదు"

ఆ బోర్డులను కొండ దారి మలుపుల వద్ద, శాసనం పక్కన పాతించాడు. ఒక్కో బోర్డును భూమిలో పాతేటప్పుడు వంశీ మనసులో.. "ఇది కేవలం ప్రభుత్వ ఆజ్ఞ మాత్రమే కాదు, అమ్మవారి రక్షణ కవచం" అని అనుకున్నాడు. ఆ ఇనుప బోర్డులు భూమిలోకి దిగుతుంటే వచ్చే 'ఖంగు.. ఖంగు..' అనే శబ్దం ఆ కొండల మధ్య ప్రతిధ్వనించింది.

గుడికి వెళ్లే ఒకే ఒక్క మట్టి రోడ్డు మీదకు వాహనాలు వెళ్లేందుకు వీలు లేకుండా చేయాలని వంశీ నిర్ణయించుకున్నాడు. పంచాయితీ తరపున ఒక పెద్ద జేసీబీని రప్పించాడు. కానీ, గుడి దరిదాపుల్లోకి వెళ్లగానే ఆ జేసీబీ ఒక్కసారిగా ఆగిపోయింది. డ్రైవర్ ఎంత ప్రయత్నించినా స్టార్ట్ కాలేదు.

వంశీకి అర్థమైంది.. అక్కడ యంత్రాల శక్తి పనిచేయదని. వెంటనే ఊరి వాళ్ల సహాయంతో పెద్ద పెద్ద బండరాళ్లను తెప్పించి, రోడ్డుకు అడ్డంగా ఒక గోడలా పేర్పించాడు. కేవలం ఒక్క మనిషి నడిచి వెళ్లడానికి మాత్రమే సన్నటి దారిని వదిలి, మిగతా దారిని ముళ్ల పొదలతో, రాళ్లతో శాశ్వతంగా మూసివేయించాడు. ఆ

రాళ్లను పేర్చుతున్నప్పుడు వంశీ చేతులు వణికినా, అతని సంకల్పం మాత్రం దృఢంగా ఉంది.

వంశీకి దూరంగా ఆ కొండ మెట్ల మీద.. ఆకుపచ్చ పట్టుపరికిణి జాకెట్టులో ఉన్న ఒక చిన్న ఆకారం కనిపించి మాయమైపోయింది. అశోక్ చివరిసారిగా కారులో వెళ్తూ అన్న మాటలు వంశీకి మరోసారి గుర్తుకొచ్చాయి.

ఆ రాత్రి మాయాపురంలో గాలి వింతగా వీస్తోంది. సైన్స్‌ను విపరీతంగా నమ్మే.. వంశీ మనసులో భక్తి మొదలైతే.. దైవ శక్తి ఉందని నమ్మిన అశోక్ మనసులో మాత్రం మాయ మొదలైంది. కాలం ఎవరిని ఎటు తీసుకెళ్తుందో ఆ 'పాత గుడి'కే ఎరుక.

అశోక్ వెళ్ళిపోయిన తర్వాత మాయాపురంలో ఒక వింతైన నిశ్శబ్దం ఆవరించింది. ఆ నిశ్శబ్దం భయాన్ని కలిగిస్తుందో, లేక ప్రశాంతతను ఇస్తుందో అర్థం కానంతగా ఊరు మారిపోయింది. వంశీకి ఇప్పుడు పని భారం పెరిగింది. అశోక్ ఉన్నప్పుడు ఇద్దరూ కలిసి పంచుకోవాలి అనుకున్న బాధ్యతలన్నీ ఇప్పుడు వంశీ ఒక్కడి మీదనే పడ్డాయి.

కొన్ని వారాలపాటు వంశీ చాలా అప్రమత్తంగా ఉన్నాడు. ప్రతిరోజు సాయంత్రం ఒకసారి ఆ కొండ దారి వరకు వెళ్ళి, ఆ బండరాళ్ల గోడ, ఆ హెచ్చరిక బోర్డులు సరిగ్గా ఉన్నాయో లేదో చూసుకునేవాడు.

కానీ కాలం గడిచేకొద్దీ, పంచాయితీ ఆఫీసులో వంశీ చుట్టూ ఫైళ్ల పర్వతాలు పెరిగిపోయాయి. కొత్త పథకాలు, సర్వేలు, ఆడిట్ రిపోర్టులు.. ఒకదాని వెనుక ఒకటి వచ్చి వంశీని ఉక్కిరిబిక్కిరి చేశాయి. ఆ పాత కాలపు కంప్యూటర్ కీబోర్డ్ మీద అతని వేళ్లు నిరంతరం నాట్యం చేస్తూనే ఉన్నాయి.

ఒకరోజు పాత రికార్డులు సర్దుతుండగా తాను రాసుకున్న ఒక నోట్ దొరికింది. దాని మీద "Urgent: Report on Mayapuram Ancient Temple to ASI (Archaeological Survey of India)" అని రాసి ఉంది. వంశీ ఆ కాగితాన్ని చూసి ఒక్క క్షణం ఆగిపోయాడు.

"అవును.. ఈ గుడి గురించి, అక్కడ జరిగిన వింతల గురించి ప్రభుత్వానికి అధికారికంగా ఒక నివేదిక పంపాలి. లేదంటే రేపు పొద్దున ఎవరైనా మైనింగ్ వాళ్లో, నిధి దొంగలో వచ్చి ఇబ్బంది పెడతారు" అని మనసులో అనుకున్నాడు. వెంటనే ఒక డ్రాఫ్ట్ కూడా తయారు చేశాడు. అందులో రాబర్ట్ విల్సన్ చరిత్ర, ఆ శాసనం ఫోటోలు, తాను కళ్లారా చూసిన ఆ 'మాయం' అయ్యే దృశ్యం.. అన్నీ వివరంగా పొందుపరిచాడు.

సరిగ్గా ఆ నివేదికను పంపుదామనుకునే సమయానికి, పై అధికారి నుండి ఒక అర్జెంట్ కాల్ వచ్చింది. "వంశీ!

మండలాఫీసులో రివ్యూ మీటింగ్ ఉంది, వెంటనే బయలుదేరాలి" అన్న ఆజ్ఞ అది.

వంశీ ఆ నివేదికను 'Drafts' ఫోల్డర్‌లో సేవ్ చేసి, హడావిడిగా బయలుదేరాడు. ఆ తర్వాత వరుసగా మీటింగ్‌లు, పండగ సెలవులు, ఊర్లో కొత్తగా వచ్చిన రాజకీయ గొడవలు వంశీని చుట్టుముట్టాయి. ఆ కంప్యూటర్ స్క్రీన్ మీద మసకబారిపోయిన ఆ నివేదిక ఫైలు నెమ్మదిగా వంశీ జ్ఞాపకాల నుంచి కూడా మసకబారిపోయింది.

ఆరు నెలలు గడిచిపోయాయి. గుడి దగ్గర ఎలాంటి తవ్వకాలు జరగలేదు. ఒక్క మనిషి కూడా ఆ కొండ మెట్లు ఎక్కడానికి సాహసించలేదు. ఆ బోర్డుల మీద రంగు వెలిసిపోయింది, ముళ్ల పొదలు మరింత దట్టంగా పెరిగి రాళ్ల గోడను కప్పేశాయి.

అంతా ప్రశాంతంగా ఉందని వంశీ భ్రమపడ్డాడు. కానీ ఆ నివేదిక ప్రభుత్వానికి చేరి ఉంటే, ఆ ప్రాంతం 'నిషేధిత ప్రాంతం'గా గెజిట్‌లో నమోదయ్యేది. వంశీ చేసిన ఆ చిన్న పొరపాటే.. ఆరు నెలల తర్వాత మాయాపురం మీదకు ఒక పెద్ద తుపానును తీసుకొచ్చింది. మాయాపురం మీద మళ్ళీ కారుమబ్బులు కమ్ముకున్నాయి.

CHAPTER FIVE

వినాశనానికి నాంది

కొన్ని నెలల క్రితం తాను పాత గుడి దగ్గర చూసిన సంఘటనను గ్రామస్తులకు వివరించి.. ఆ ప్రాంతాన్ని పవిత్ర క్షేత్రంగా మార్చాలని వంశీ అనుకున్నాడు. అందుకు కేవలం బోర్డులు పెడితే సరిపోదని, ఊరి ప్రజలందరినీ ఏకం చేయాలని నిర్ణయించుకున్నాడు. మరుసటి రోజు ఉదయం పంచాయితీ ఆఫీసు ముందున్న పెద్ద రావిచెట్టు కింద గ్రామసభ ఏర్పాటు చేయించాడు.

పంచాయితీ ఆఫీసు ముందున్న శతాబ్దాల నాటి రావిచెట్టు కింద గ్రామసభ ప్రారంభమైంది. దండోరా వేయించడంతో ఊరంతా కదిలి వచ్చింది. మధ్యలో వంశీ నిలబడి ఉండగా, ఇరువైపులా పెద్దిరాజు, సోమనాథం తమ అనుచరులతో కత్తులు నూరినట్టుగా

కూర్చున్నారు. గాలిలో ఒక రకమైన ఉద్రిక్తత.. గ్రామసభ కాస్తా ఒక తీర్పు చెప్పాల్సిన న్యాయస్థానంలా మారిపోయింది.

వంశీ తన గొంతు సవరించుకుని సభను ఉద్దేశించి మాట్లాడడం మొదలుపెట్టాడు. "గ్రామస్తులకు నమస్కారం.. ఈ సభ ముఖ్య ఉద్దేశం మన ఊరి చివర ఉన్న ఆ 'పాత గుడి'. కొన్ని నెలల క్రితం అక్కడ కొందరు గుర్తు తెలియని వ్యక్తులు తవ్వకాలు జరుపుతుండగా నేను, అశోక్ గారు స్వయంగా చూశాం. ఆ అమ్మవారి మహిమో లేక మన దురదృష్టమో కానీ, ఆ తవ్వకానికి వచ్చిన వారు మాయమైపోయారు. ఇప్పటికైనా మనం మేల్కొనకపోతే, ఆ గుడి సంపదతో పాటు మన ఊరి శాంతి కూడా కరువవుతుంది. ఆ గుడిని కాపాడుకునే బాధ్యత మనందరిదీ. నాకు తెలిసిన సమాచారం ప్రకారం.. త్వరలో ఇక్కడ మైనింగ్ జరగబోతోంది.

ప్రస్తుతం నిధుల కంటే ఊరి మనుగడ ముఖ్యం. ఇక్కడ మైనింగ్ జరిగితే గుడితో పాటు ఊరు కూడా మట్టిలో కలిసిపోతుంది!" అన్నాడు.

వెంటనే పెద్దిరాజు రౌద్రంగా లేచి నిలబడ్డాడు. "ఏం రక్షిస్తాం సెక్రటరీ గారు? ఎవరి నుంచి రక్షిస్తాం? ఆ గుడిలో ఉన్నది అమ్మవారే అయితే.. ఆమె తనను తాను రక్షించుకోలేదా? ఆ గుడి దారి వైపు వెళ్లడానికే మా తాతముత్తాతలు

వణికిపోయేవారు. ఆ గుడిని ఇలాగే వదిలేస్తే మన ఊరికి ఏదో ఒక రోజు ముప్పు వస్తుంది. ఆ మాయాశక్తి మనల్ని కూడా మింగేస్తుందని నాకు భయంగా ఉంది!"

దీనిపై సోమనాథం వర్గం నుంచి పెద్ద ఎత్తున నిరసన వ్యక్తమైంది. సోమనాథం తన చేతిలో కర్రని నేలకు గుచ్చుతూ లేచాడు, "నోరు ముయ్ పెద్దిరాజు! భయం ఉంటే నీ ఇంట్లో దాక్కో. అమ్మవారు ఈ ఊరిని వందల ఏళ్లుగా కాపాడుతూ వచ్చింది. ఆకలితో అలమటించినప్పుడు వానలు కురిపించింది, రోగాలు వచ్చినప్పుడు ప్రాణాలు నిలిపింది. ఇప్పుడెవడో వచ్చి అక్కడ మైనింగ్ పేరు చెప్పి గుడిని కూల్చేస్తామంటే.. మనం చేతులు కట్టుకుని చూస్తామా? అది మన వారసత్వం! అక్కడున్నది మన అమ్మ!"

ఇంతలో పెద్దిరాజు కలుగజేసుకుని, "అమ్మ అయితే ఆకలి తీర్చాలి సోమనాథం! గుడి కింద ఉన్న సంపద ప్రభుత్వం తీసుకెళ్తే మనకే లాభం. ఆ కొండ కింద మైనింగ్ జరుగుతుందంటున్నారు కదా.. అదే జరిగితే మన ఊరి వాళ్లకి ఉద్యోగాలు వస్తాయి, రోడ్లు వస్తాయి. ఆ పాత అమ్మవారి విగ్రహం కోసం ఊరి అభివృద్ధిని అడ్డుకుంటావా?"

సోమనాథానికి తిక్క రేగింది. ఒక్కసారిగా పైకి లేచి.. "అభివృద్ధి అంటే ప్రాణాలు పణంగా పెట్టడం కాదు పెద్దిరాజు!

యంత్రాలు పెట్టి ఆ కొండను తవ్వడం మొదలుపెడితే.. ఆ రోజు అమ్మవారి ఉగ్రరూపం ఎలా ఉంటుందో నీకు తెలుసా? నిధులను తవ్వడానికి వచ్చిన దొంగలు ఎలా మాయమైపోయారో విన్నావు కదా? రేపు జేసీబీలు, యంత్రాలు కూడా అలా గాలిలో కలిసిపోతే ఈ ఊరిని ఎవరు కాపాడతారు?"

"ఏంటి సెక్రటరీ గారు.. మా గుడి గురించి మాకు చెబుతున్నారా? అక్కడ అమ్మవారు కొలువై ఉందని మాకు తెలుసు. ఎవరైనా అటు వెళ్తే వెనక్కి రారని కూడా తెలుసు." అని పెద్దిరాజు వంశీవైపు చూస్తూ ఏదో చెప్పబోతుండగా..

వంశీ పట్టు వదలకుండా, "పెద్దాయన.. మీరు గుడి గురించి భయపడుతున్నారు, కానీ బయట ప్రపంచం ఆశతో వస్తోంది. ఆ గుడి కింద ఉన్నది కేవలం సంపద కాదు, ఈ ఊరి వారసత్వం. దాన్ని ప్రభుత్వం గుర్తించేలా చేసి, రక్షిత ప్రాంతంగా మార్చాలి" అన్నాడు.

సరిగ్గా అప్పుడే సోమనాథం, "ఆ గుడి కింద ఏమున్నా ఈ ఊరు సొంతం.. ఎవరో వచ్చి దాన్ని తీసుకుపోతుంటే చూస్తూ ఊరుకోవాలా?".. అని ప్రశ్నిస్తాడు.

గ్రామ సభలో ఒక్కసారిగా రచ్చ మొదలైంది. ఒక వర్గం 'అభివృద్ధి' అంటే, మరో వర్గం 'నమ్మకం' అని కేకలు వేస్తున్నారు. వంశీ టేబుల్ మీద గట్టిగా కొట్టి అందరినీ నిశ్శబ్ద పరచాడు.

"ఆపండి! ఇది అభివృద్ధికి, నమ్మకానికి మధ్య జరుగుతున్న యుద్ధం కాదు.. మాయాపురం అస్తిత్వం కోసం జరుగుతున్న పోరాటం!" వంశీ గంభీరంగా అన్నాడు.

"పెద్దిరాజు గారు.. మీరు అన్నట్టు మైనింగ్ జరిగితే డబ్బు రావచ్చు, కానీ ఆ అమ్మవారికి ఆగ్రహం వస్తే ఈ ఊళ్లో ఒక్క ప్రాణం కూడా మిగలదు. సోమనాథం గారు.. మీరు అన్నట్టు గుడిని కాపాడాలి, కానీ అది కేవలం భావోద్వేగంతో కాదు.. చట్టబద్ధంగా చేయాలి. ప్రస్తుతం మన ముందు ఉన్నది మైనింగ్ కంపెనీ కాదు.. అది ఒక సునామీ! దాని పేరు 'ఏఎస్ మైనింగ్ గ్రూప్'."

వంశీ మాటలకు సభ నిశ్శబ్దమైపోయింది. "నా దగ్గర ఉన్న ఇన్ఫర్మేషన్ ప్రకారం.. వాళ్లు ఇప్పటికే మైనింగ్ పర్మిషన్ తెచ్చుకున్నారు. రేపో మాపో యంత్రాలు ఇక్కడికి చేరుకోవచ్చు. ఇప్పుడు మీరు వాదులాడుకుంటారో లేక ఆ అమ్మవారి సాక్షిగా ఏకమై పోరాడుతారో మీ ఇష్టం!"

అశోక్‌కి వంశీ వెంటనే ఫోన్ చేసి ఇక్కడ జరుగుతున్న విషయం చెప్పాడు. "అశోక్.. మన ఊరిని తవ్వేస్తున్నారు.. ఆ కంపెనీ పేరు 'ఏఎస్ మైనింగ్ గ్రూప్' అంట.. అసలు వీళ్లని ఎలా ఆపాలో అర్థం కావడం లేదు" అన్నాడు ఆవేదనగా.

అవతల వైపు అశోక్ గొంతులో చిన్న వణుకు. "వంశీ.. ఆ కంపెనీ మా వాళ్లదే! మా తమ్ముడు నా మాట వినకుండా టెండర్ వేసి దక్కించుకున్నాడు" అని చెప్పి ఫోన్ పెట్టేశాడు.

కొన్ని రోజుల తర్వాత..

మాయాపురంలో ఎప్పటిలానే తెల్లవారింది. కానీ.. వంశీ హెచ్చరించినట్టుగానే.. ఆ ఉదయం పక్షుల కిలకిలారావాలకు బదులు, భూమిని వణికించే భారీ ఇంజిన్ల గర్జన వినిపించింది. ఊరి పొలిమేరల్లో ఉన్న పచ్చని చేల గుండా.. భారీ క్రేన్లు, ఆకాశమంత ఎత్తున ఉన్న జేసీబీలు, రాక్షస ఆకారంలో ఉన్న లారీలు ఒకదాని వెనుక ఒకటి ఊళ్లోకి ప్రవేశించాయి. ఆ యంత్రాలు వెళ్తుంటే లేచిన దుమ్ము మేఘాల్లా కమ్మి, సూర్యుడిని కూడా కప్పేసింది.

వందల ఏళ్లుగా శాంతంగా ఉన్న ఆ మట్టి రోడ్లు, ఆ భారీ యంత్రాల బరువుకు కుంగిపోయి నెర్రెలు బారాయి. ఊరి చివర ఉన్న పాత బావి దగ్గర నీళ్లు తోడుకుంటున్న ఆడవాళ్లు ఆ యంత్రాలను చూసి భయంతో బిందెలు వదిలేసి పరుగు తీశారు. తమ పూర్వీకుల సమాధులు, తాము ఆడుకున్న రావిచెట్లు, తమ ప్రాణప్రదమైన ఊరు.. అంతా ఈ ఇనుప రాక్షసుల పాదాల కింద నలిగిపోబోతోందని వారికి అర్థమైంది.

యంత్రాల రాకతో మళ్లీ గ్రామస్తులంతా వంశీతో మాట్లాడేందుకు పంచాయితీకి చేరుకున్నారు. ఏదొకటి చేసి ఈ మైనింగ్ ఆపాలి అంటూ పంచాయితీ ముందు గొడవకు దిగారు. యంత్రాలు ఊర్లోకి అడుగుపెట్టాయని తెలియగానే.. పెద్దిరాజు, సోమనాథం కూడా పంచాయితీకి వచ్చారు.

గ్రామసభ మళ్ళీ వేడెక్కింది. ఇక్కడ జరుగుతోంది కేవలం చర్చ కాదు, ఒక ఊరి ఆత్మగౌరవానికి, ఆధునిక స్వార్థానికి మధ్య పోరాటం.

పెద్దిరాజు ఆవేశంగా టేబుల్ మీద కొడుతూ, "చూశారా! అవి యంత్రాలు కావు, మన ఊరి తలరాతను మార్చే బంగారు గనులు. ఆ కంపెనీ వాళ్లు ఊరంతా ఖాళీ చేయమంటున్నారు. కానీ మనల్ని రోడ్డున పడేయరు.. మనకు నష్టపరిహారం ఇస్తారు. ఎలాగూ ఆ పాత గుడిని మనం ముట్టుకోలేం, ఆ పాప మాయను మనం ఎదుర్కోలేం. మరి ఈ కంపెనీ వాళ్లు తవ్వి ఆ నిధులను బయటపెడితే.. అందులో వాటా మన ఊరికి వస్తుంది కదా! ప్రాణాలు పోగొట్టుకోవడం కంటే, అమ్మవారి సొత్తుతో ఊరిని బాగు చేసుకోవడం తప్పా?"

ఎర్రబడ్డ కళ్లతో.. అప్పుడే అక్కడికి వస్తున్న సోమనాథం.. పెద్దిరాజు చెప్పింది విని ఆగ్రహంతో ఊగిపోయాడు..

"అమ్మవారి సొత్తును పంచుకుంటావా పెద్దిరాజు? ఛీ! వందల ఏళ్లుగా ఈ గాలిని పీల్చి, ఈ మట్టిలో పుట్టి, చివరికి ఇదే గడ్డలో కలిసిపోవాల్సిన మనం.. కాసుల కోసం మన తల్లిని అమ్ముకుంటామా? ఆ పాత గుడిలో ఉన్న ప్రతి రాయి వెనుక ఒక చరిత్ర ఉంది, మైనింగ్ జరిగితే కొండ కరుగుతుంది, గుడి కూలుతుంది.. ఆ తర్వాత మాయాపురం అనే పేరు కేవలం చరిత్ర పుస్తకాల్లోనే మిగులుతుంది. ఊరు లేని చోట నువ్వు పంచుకునే నిధులు ఎవరి కోసం?"అని పెద్దిరాజువైపు దూసుకెళ్లాడు.

పెద్దిరాజు మనుషులు మైనింగ్ కంపెనీ ఇచ్చిన 'ఆఫర్' పత్రాలను చూపిస్తుంటే, సోమనాథం అనుచరులు తమ పూర్వీకుల గొడ్డళ్లను, పారలను పట్టుకుని యంత్రాలను అడ్డుకోవడానికి సిద్ధమయ్యారు.

ఇంతలో అశోక్ కూడా పంచాయితీకి చేరుకున్నాడు. అశోక్‌ను చూసి చిన్న నవ్వు నవ్వి.. తన పక్కకు పిలిచాడు వంశీ..

వంశీ, "నిశ్శబ్దం! మీరు కొట్టుకుంటే ఇక్కడ మిగిలేది శ్మశానం మాత్రమే. పెద్దిరాజు గారు, మీరు చూస్తున్నది అభివృద్ధి కాదు.. వినాశనం. మైనింగ్ జరిగితే నేలతల్లి గర్భం చీలిపోతుంది, ఊరు మట్టిలో కలిసిపోతుంది. సోమనాథం గారు, మన పోరాటం కేవలం గొడ్డళ్లతో కాదు.. ఆ యంత్రాల వెనుక ఉన్న శక్తిని మనం గుర్తించాలి".

గ్రామసభలో గొడవ తారస్థాయికి చేరింది. పెద్దిరాజు, సోమనాథం వర్గాలు ఒకరి మీద ఒకరు పడే సమయానికి.. ఊరి పొలిమేరల నుంచి ఒక భారీ ఇంజిన్ గర్జన వినిపించింది. అది లారీల శబ్దం కాదు, ఒక ఖరీదైన లగ్జరీ స్పోర్ట్స్ కారు దూసుకొచ్చింది.

దుమ్మును ఆకాశమంత ఎత్తుకు లేపుతూ, ఆ నల్లటి కారు గ్రామసభ జరుగుతున్న రావిచెట్టు దగ్గరకు దూసుకొచ్చి టైర్లు అరిగేలా స్కిడ్ అయ్యింది. కారు ఆగగానే ఆ చుట్టుపక్కల ఉన్న దుమ్ము మేఘంలా కమ్మేసింది. ఆ పొగమంచు లాంటి దుమ్మును చీల్చుకుంటూ కారు తలుపు తెరుచుకుంది.

మొదట ఖరీదైన లెదర్ బూట్లు నేల మీద పడ్డాయి. ఆ తర్వాత స్టైలిష్‌గా ఉన్న సన్ గ్లాసెస్ సర్దుకుంటూ అఖిల్ కారులో నుండి బయటకు వచ్చాడు. చేతిలో లేటెస్ట్ మోడల్ ఐఫోన్, మణికట్టుకు మెరుస్తున్న రోలెక్స్ వాచ్, ఒంటిపై బ్రాండెడ్ సూట్.. ఆ పల్లెటూరి వాతావరణానికి అతను ఒక గ్రహాంతరవాసిలా కనిపిస్తున్నాడు. అతని వెనకాలే పదిమంది బాడీగార్డ్స్ సూట్లు వేసుకుని దిగి, అతని చుట్టూ ఒక రక్షణ వలయంలా నిలబడ్డారు.

అఖిల్ తన సన్ గ్లాసెస్ తీసి, చుట్టూ ఉన్న జనాన్ని ఒక వెటకారపు చూపు చూశాడు. అతని నవ్వులో కోట్లు సంపాదించాలనే కసి, అధికారం కలిసిన అహంకారం స్పష్టంగా

కనిపిస్తున్నాయి. వంశీ ముందుకు వచ్చి, "ఎవరు మీరు? ఇక్కడ గ్రామసభ జరుగుతోంది, పద్ధతిగా రండి" అని గంభీరంగా అన్నాడు.

అఖిల్ వెటకారంగా నవ్వుతూ, "పద్ధతా? నేను పద్ధతులు నేర్చుకోవడానికి రాలేదు మిస్టర్ సెక్రటరీ.. ఇక్కడున్న పద్ధతులను మార్చడానికి వచ్చాను! నా పేరు అఖిల్, ఏఎస్ (AS) మైనింగ్ గ్రూప్ సీఈఓని. ఈ ఊరు, ఈ కొండ, ఈ గాలి.. ఇప్పుడు నా కంపెనీ కంట్రోల్‌లో ఉన్నాయి" అన్నాడు.

వంశీ నిర్ఘాంతపోయి చూస్తుండగా, అశోక్ వణుకుతున్న గొంతుతో, "అఖిల్! నువ్వేంటి ఇక్కడ?" అని అడిగాడు.

అఖిల్ తన అన్న వైపు తిరిగి చిన్నగా నవ్వి, "ఏంటి అన్నయ్య.. నన్ను చూసి షాక్ అయ్యావా? నువ్వు భయపడిన ఈ మాయాపురంలో కొన్ని వేల కోట్ల ఖజానా ఉందని మా సర్వేలు చెబుతున్నాయి. నువ్వు 'మంత్రం' అని భయపడి పారిపోయావు.. నేను 'యంత్రం'తో ఆ నిధిని పట్టుకోవడానికి వచ్చాను!" అన్నాడు చాలా స్టైలిష్‌గా.

శాటిలైట్ స్కాన్ల ప్రకారం ఈ గుడి కింద కొన్ని వేల కోట్ల విలువైన ఖనిజం ఉంది. దాన్ని తవ్వి తీయడానికి నాకు అడ్డు వచ్చే ప్రతి రాయిని, ప్రతి మనిషిని కూల్చేస్తాను!"

నేరుగా తన ఐప్యాడ్‌లో 3D మ్యాప్‌ని చూపిస్తూ అఖిల్ పెద్దిరాజు, సోమనాథంల మధ్యలోకి వెళ్ళాడు.

"చూడండి! ఇక్కడ ఏదో పాత రాయి ఉందని మీరు కొట్టుకుంటున్నారు. కానీ ఆ రాయి కింద ఉన్నది బంగారం! రేపు ఉదయం 6 గంటలకు నా జేసీబీలు ఆ కొండను తాకుతాయి. ఆపగలిగే శక్తి మీ దేవుడికి ఉందో లేదో రేపు తేలిపోతుంది" అని సవాలు విసిరాడు.

వంశీకి అర్థమైంది.. అఖిల్ కేవలం ఒక సీఈఓ మాత్రమే కాదు, టెక్నాలజీతో దైవశక్తినే సవాలు చేస్తున్న ఒక అహంకారి అని. అఖిల్ తన కారు వైపు వెళ్తూ, వెనక్కి తిరిగి వంశీతో అన్నాడు, "సెక్రటరీ! నీ బోర్డులు, ఆ బండరాళ్లు నా జేసీబీల ముందు ఒక్క నిమిషం కూడా నిలవవు. మొత్తం ఈ ఊరి కథ మార్చేస్తాను!"

అఖిల్ కారు వేగంగా వెళ్ళిపోతుంటే, ఆ రావిచెట్టు ఆకులు ఒక్కసారిగా రాలిపోయాయి.. ఏదో అరిష్టం జరగబోతోందన్నట్టుగా!

అఖిల్ వెళ్ళిపోయిన తర్వాత, మాయాపురంలో గాలి భారంగా మారింది. వంశీ, అశోక్ ఇద్దరూ దిక్కుతోచని స్థితిలో నేరుగా దేవి ఇంటికి వెళ్లారు.

దేవి తన ఇంటి ముందర దీపం వెలిగిస్తోంది. ఊరంతా అల్లకల్లోలంగా ఉన్నా, ఆమె ముఖం మాత్రం నిశ్చలమైన సముద్రంలా ప్రశాంతంగా ఉంది.

"దేవీ! సర్వనాశనం అయిపోతోంది. యంత్రాలు ఊర్లోకి వచ్చేశాయి. ఆ అఖిల్ ఏకంగా కొండనే పేల్చేస్తాను అంటున్నాడు. మైనింగ్ మొదలైతే ఈ ఊరు మ్యాప్‌లోనే ఉండదు దేవి.. ఏదైనా చేయి!" అని వంశీ ఆవేదనగా అడిగాడు.

దేవి వెలిగించిన దీపాన్ని ఒక్క క్షణం చూసి, నెమ్మదిగా తల తిప్పి వారిద్దరి వైపు చూసింది. ఆమె కళ్లలో ఒక వింతైన గంభీరత్వం చోటు చేసుకుంది. అశోక్ వణుకుతూ, "దేవి.. వాడు నా తమ్ముడే అయినా వినడం లేదు. సైన్స్, టెక్నాలజీ అని విర్రవీగుతున్నాడు. ఆపవా?" అని బతిమాలాడు.

దేవి చిన్నగా నవ్వింది. కానీ ఆ నవ్వులో ఈసారి కరుణ లేదు, ఒక రకమైన తీక్షణత ఉంది. ఆమె గంభీరమైన గొంతుతో..

"వంశీ, అశోక్! మీ భయం దేని గురించి? మట్టి గురించి కాదు.. మనుషుల ప్రాణాల గురించి. కానీ అమ్మవారి దృష్టిలో ఇవన్నీ కేవలం మాయ. మనిషి కట్టే యంత్రం.. అమ్మ సృష్టించిన మంత్రం ముందు ఎంత? శతకోటి సూర్యుల వెలుగు ముందు ఒక చిన్న మిణుగురు పురుగు లాంటిది మీ టెక్నాలజీ!"

వంశీ ఏదో అనబోతుంటే దేవి చెయ్యి పైకెత్తి ఆపింది. "మీరు చూస్తున్న ఈ యంత్రాలు, ఆ అహంకారం.. అంతా అమ్మవారి పరీక్షే. ప్రకృతిని దోచుకోవాలని చూసే ప్రతి చేయి.. ప్రకృతిలోనే కలిసిపోతుంది. అశోక్! నీ తమ్ముడికి ప్రాణాల మీద తీపి ఉంటే, కొండ మీద అడుగు పెట్టవద్దు అని చెప్పు. ఎందుకంటే.. రేపు తవ్వేది మట్టిని కాదు.. మాయాపురపు ఆగ్రహాన్ని! ఇక్కడ చిన్న మట్టి పెళ్ళ కూడా ఆమె అనుమతి లేనిదే కదలదు. రేపు మీరే చూస్తారుగా.. మనిషి కనిపెట్టిన యంత్రాలు మూగబోతాయో.. లేక ఆ అమ్మవారి మంత్రం గర్జిస్తుందో!"

దేవి మాటల్లో ఉన్న తీవ్రతకు అశోక్, వంశీలకు నోట మాట రాలేదు. ఆమె అశోక్ కళ్లలోకి నేరుగా చూస్తూ, "అది నీ తమ్ముడి కంపెనీ అని నాకు తెలుసు అశోక్.. కానీ అమ్మవారి ముందు రక్తసంబంధాలు లేవు, కేవలం కర్మ మాత్రమే ఉంటుంది. వెళ్ళండి!" అని ఆజ్ఞాపిస్తున్నట్టుగా చెప్పి లోపలికి వెళ్ళిపోయింది.

ఆమె వెళ్ళిన తర్వాత ఆ గదిలో అప్పటి వరకు ఉన్న దీపం వెలుగు ఒక్కసారిగా పెరిగి ఆరిపోయింది. వంశీకి అర్థమైంది.. రేపు జరగబోయేది సాధారణ మైనింగ్ కాదు, సైన్స్ కి అర్థం కాని ఒక మహా సంగ్రామం అని!

CHAPTER SIX

యంత్రం VS మంత్రం

మరుసటి రోజు తెల్లవారుజాము. మాయాపురం కొండలు ఇంకా మంచు దుప్పటి వీడకముందే, ఆధునిక యంత్రాల గర్జన మొదలైంది. అఖిల్ తన అత్యుత్తమ టెక్నాలజీతో రంగంలోకి దిగాడు. భారీ హై-పవర్ డ్రిల్లింగ్ మెషీన్లు, భారీ జేసీబీలు కొండ దారిలోకి ప్రవేశించాయి.

మొదటగా అవి అశోక్, వంశీలు ఆరు నెలల క్రితం భక్తితో, భయంతో పేర్చిన బండరాళ్ల గోడను ఎదుర్కొన్నాయి. అఖిల్ ఒక చులకన నవ్వు నవ్వి, "క్లియర్ ఇట్!" అని సైగ చేశాడు. జేసీబీ తన ఇనుప చేతులతో ఆ రాళ్లను కసితీరా పక్కకు నెట్టేసింది. ఆ రాళ్లు లోయలో పడుతుంటే వచ్చే శబ్దం.. ఆ కొండల్లో ప్రతిధ్వనించింది.

దారి క్లియర్ అవ్వగానే, డ్రిల్లింగ్ మెషీన్ గుడికి కొంత దూరంలో ఉన్న ఒక చదునైన ప్రదేశానికి చేరుకుంది. ఇంజనీర్లు స్కాన్ చేసి, "సార్! ఇక్కడే ఖనిజం ఎక్కువగా ఉంది" అని చెప్పారు. అఖిల్ ఆర్డర్ ఇవ్వగానే, భారీ డ్రిల్లింగ్ రాడ్ భూమిలోకి దిగడం మొదలైంది.

'ఖర్ర్.. ఖర్ర్..' మంటూ నేల చీలుతుంటే వంశీ, అశోక్ దూరంగా నిలబడి భయంతో చూస్తున్నారు. కొన్ని అడుగులు లోపలికి వెళ్ళగానే.. ఒక్కసారిగా భూమి కంపించింది. ఏదో భూకంపం వచ్చినట్లుగా పరికరాలన్నీ ఊగిపోయాయి. మరుక్షణంలో.. భారీ శబ్దంతో డ్రిల్లింగ్ మెషీన్ ఇంజిన్ పేలిపోయింది! తుపాకీ గుండులా దూసుకొచ్చిన ఇనుప ముక్కలు గాలిలో ఎగురుతూ వచ్చి అఖిల్ కారు అద్దాలను పగలగొట్టాయి. ఆ మెషీన్ నుండి నల్లటి పొగ కాదు.. రక్తం లాంటి ఎర్రటి ద్రవం చిమ్మింది!

ఇంజనీర్లు తెల్లబోయారు. "సార్! ఇక్కడ గ్యాస్ పైప్ లైన్ లేదు, పవర్ లైన్ లేదు.. మెషీన్ ఎందుకు పేలిందో అర్థం కావడం లేదు" అని వణికిపోతూ చెప్పారు.

ఏం జరిగిందా అని మెషిన్ దగ్గరకు వెళ్లి అఖిల్ చెక్ చేశాడు. అక్కడ ఏదో గట్టి బండరాయి ఉందని భావించి, అఖిల్ తన ప్లాన్ మార్చాడు. "బాంబులు పెట్టి పేల్చండి!" అని అరిచాడు.

డైనమైట్లు అమర్చడానికి కూలీలు ముందుకు వెళ్లారు. కానీ వారు ఆ ప్రదేశానికి చేరుకోగానే.. చుట్టుపక్కల ఉన్న చెట్ల మీద నుండి, రాళ్ల సందుల నుండి వేల సంఖ్యలో పాములు ఒక్కసారిగా ఉద్భవించాయి.

అవి మామూలు పాములు కావు.. నల్లటి తాచుపాములు! వందల సంఖ్యలో పడగలు విప్పి బుసలు కొడుతూ కూలీల వైపు దూసుకొచ్చాయి. కూలీలకు ప్రాణం పోయినంత పనైంది. "అమ్మో.. నాగదేవత ఆగ్రహించింది!" అని అరుస్తూ వెనక్కి పరుగులు తీశారు. కూలీల మెడల చుట్టూ, కాళ్ల చుట్టూ పాములు తిరుగుతున్నట్టు వారికి భ్రమ కలిగింది. ఆ పాముల బుసల శబ్దం మధ్యలో.. ఎక్కడో దూరం నుండి గజ్జెల సవ్వడి 'ఘల్లు.. ఘల్లు..' మంటూ వారి గుండెల్లో ప్రతిధ్వనించింది. వారందరికీ ఒక్కసారిగా గుండె ఆగిపోయినంత పనైంది.

భయంతో వణికిపోయిన కూలీలు లారీలు, జేసీబీల మీదకు ఎక్కేశారు. డ్రైవర్లు ప్రాణభయంతో యంత్రాలను రివర్స్‌లో పెట్టారు. ఆ భారీ వాహనాలు వెనక్కి వస్తుంటే, ఆ పాములు వాటిని వెంటడిస్తూనే ఉన్నాయి. అఖిల్ ఎంత అరిచినా ఎవరూ వినే స్థితిలో లేరు. అప్పటి వరకు ఆధునిక టెక్నాలజీతో విర్రవీగిన ఆ ప్రాంతం.. ఇప్పుడు ప్రాణభయంతో నిండిపోయింది.

అఖిల్ మాత్రం ఓటమిని అంగీకరించేలా లేడు. "ఇదంతా ఏదో రియాక్షన్ జరిగింది.. నేను మళ్ళీ వస్తాను!" అని గర్జిస్తూ తన కారులో అక్కడి నుండి వెళ్ళిపోయాడు. కానీ వంశీకి తెలుసు.. ఇది కేవలం ఆరంభం మాత్రమే అని.

జేసీబీలు, టిప్పర్‌లు వెనక్కి రావడాన్ని చూసి షాక్ అయిన వంశీ, అశోక్‌లు గుడివైపు చూస్తూ మౌనంగా ఉండిపోయారు. అశోక్ కళ్లలో ఒక వింతైన శూన్యం. తన కళ్లముందే చరిత్ర మళ్ళీ పునరావృతమవుతోంది.

అశోక్ తల పట్టుకుని కూలబడిపోయాడు. అతని ఆలోచనలు సుడిగుండంలా తిరుగుతున్నాయి. అది గమనించిన వంశీ, అశోక్ భుజంపై చేయి వేసి, "ఏమైంది అశోక్? అంతలా ఆలోచిస్తున్నావు? యంత్రాలు ఆగిపోయాయని సంతోషించాల్సింది పోయి.. ఎందుకు అలా ఉన్నావు?" అని అడిగాడు.

అశోక్ నెమ్మదిగా తల పైకెత్తి, "వంశీ... నాకు ఏదో తేడాగా అనిపిస్తోంది. అప్పుడు ఔరంగజేబు సైనికులు మరణించారు.. బ్రిటిష్ రాబర్ట్ విల్సన్ పిచ్చోడయ్యాడు.. మొన్న ఆ నలుగురు దొంగలు గాలిలో కలిసిపోయారు. వారందరినీ ఆ అమ్మాయి, ఆ పాము దారుణంగా శిక్షించాయి కదా! మరి ఇప్పుడు ఈ కూలీలను ఎందుకు వదిలేశాయి? కేవలం భయపెట్టి ఎందుకు

పంపించేశాయి? ఆ శక్తికి కూడా మనుషుల మధ్య తారతమ్యాలు తెలుసా?" అని తన సందేహాన్ని వెలిబుచ్చాడు.

వంశీ ఒక్క క్షణం ఆలోచించి, ఆ పాత గుడి గోపురం వైపు చూస్తూ అన్నాడు.. "అశోక్! బహుశా ఆ దైవశక్తికి ఉన్నది 'కసి' కాదు, 'న్యాయం'. ఆ నలుగురు దొంగలు వచ్చింది ఆశతో, స్వార్థంతో! వారు అమ్మవారి సొత్తును దొంగిలించడానికి వచ్చారు. కానీ ఈ కూలీలు? వీళ్లు కేవలం పొట్టకూటి కోసం వచ్చారు. వీరికి ఆ నిధుల మీద ఆశ లేదు, కేవలం తమ యజమాని చెప్పిన పని చేస్తున్నారు. అందుకే అమ్మవారు వారిని హెచ్చరించి పంపింది కానీ, ప్రాణాలు తీయలేదు. అమ్మవారు అమాయకులను శిక్షించదు, కేవలం స్వార్థంతో తప్పే యజమానులను లేదా దొంగలను మాత్రమే మాయం చేస్తుంది!"

అక్కడి నుంచి వెళ్లిపోయిన అఖిల్ ఆ తర్వాతి రోజు మళ్లీ మాయాపురం చేరుకున్నాడు.

"అన్నయ్య, ఇక్కడ తవ్వకాలు జరపకుండానే టెక్నాలజీ ఉపయోగించి కొన్ని టెస్టులు చేశాం.." అని అశోక్‌కి చెప్పాడు.

అఖిల్ తన చేతిలోని ఐప్యాడ్‌ను పిచ్చివాడిలా తడుముతున్నాడు. అతని చుట్టూ ఉన్న ఇంజనీర్లు తమ ల్యాప్‌టాప్‌ల ముందు చెమటలు కక్కుతున్నారు.

"ఏమైంది? రిపోర్ట్స్ ఏమయ్యాయి?" అని అఖిల్ అరిచాడు.

“సర్ ఆల్రెడీ రిపోర్ట్స్ మీకు పంపాం. అలానే ఇప్పుడు రియల్ టైమ్ స్కాన్ చేసే యాక్సెస్ క్రెడెన్షియల్స్‌ను కూడా మీకు మెయిల్ చేశాం” భయపడుతూనే ఇంజినీర్లు సమాధానమిచ్చారు.

వంశీ, అశోక్ లు ఆసక్తిగా అఖిల్ వైపు చూస్తున్నారు. అఖిల్ వణుకుతున్న వేళ్లతో తన ఐప్యాడ్ స్క్రీన్‌ను అశోక్ వైపు తిప్పాడు. "అన్నయ్యా! చూడు.. ఇంజినీర్లు చేసిన 'లీడర్ (LiDAR)', 'సబ్-సర్ఫేస్ స్కాన్' ఇది. ఈ పాత గుడి కింద ఉన్నది కేవలం బంగారం కాదు, అంతకంటే శక్తివంతమైనది ఏదో ఉంది.

అశోక్ ఆ స్క్రీన్ వైపు చూశాడు. అందులో గుడి పునాదుల కింద ఒక పెద్ద కాంతిపుంజంలా కనిపిస్తోంది. టెక్నాలజీ ప్రకారం అక్కడ ఏదో పెద్ద గని ఉన్నట్టు స్పష్టంగా ఉంది.

అశోక్ ఆ టాబ్లెట్ స్క్రీన్ మీద కనిపిస్తున్న రంగుల గీతలను చూసి అయోమయంగా, "అఖిల్.. ఏంట్రా ఇది? గాలిలో ఫోటోలు తీస్తే భూమి లోపల ఏముందో తెలిసిపోతుందా? అసలు ఈ 'లీడర్' అంటే ఏంటి?" అని అడిగాడు.

అఖిల్ ఒక వెటకారపు నవ్వు నవ్వి, తన ఐప్యాడ్‌లో ఒక 3D గ్రాఫ్‌ని తిప్పుతూ వివరించాడు.

"అన్నయ్యా! నువ్వు ఇంకా ఆ పాతకాలపు సర్వేలు, టేపుల దగ్గరే ఆగిపోయావు. LiDAR అంటే 'Light Detection and

Ranging'. ఇది రేడియో తరంగాలతో పనిచేసే రాడార్ లాంటిది కాదు.. ఇది 'లేజర్' కిరణాలతో పనిచేస్తుంది."

"లేజర్ కిరణాలా? వాటితో ఏం చేస్తారు?" అని ఆశ్చర్యంగా అడిగాడు అశోక్.

తన ట్యాబ్‌ను చూపిస్తూ అఖిల్, "సింపుల్ అన్నయ్యా! మా డ్రోన్లు ఈ కొండ పైన ఎగురుతూ సెకనుకు లక్షల కొద్దీ లేజర్ పల్స్‌ను భూమి మీదకు పంపిస్తాయి. ఆ కిరణాలు దట్టమైన అడవిని, ముళ్ల పొదలను, మట్టి పొరలను దాటుకుని వెళ్ళి.. లోపల ఏదైనా గట్టి వస్తువు ఉంటే దాన్ని తగిలి మళ్ళీ వెనక్కి వస్తాయి. అలా వెనక్కి వచ్చిన కిరణాలను బట్టి కంప్యూటర్ ఒక 3D డిజిటల్ మ్యాప్‌ని తయారు చేస్తుంది."

అఖిల్ స్క్రీన్ మీద ఉన్న ఒక ఇమేజ్‌ని జూమ్ చేసి చూపించాడు.

"ఇది చూడు! ఇక్కడ నీకు పైన దట్టమైన చెట్లు కనిపిస్తున్నాయి కదా? కానీ లీడర్ స్కాన్ డిజిటల్ డీఫారెస్టేషన్.. అంటే ఆ చెట్లను తీసేసి, భూమి లోపల ఉన్న అసలు ఆకారాన్ని చూపిస్తుంది. ఈ స్కాన్ లో చూడు.. ఆ పాత గుడి పునాదుల కింద ఒక సొరంగం లాంటి నిర్మాణం స్పష్టంగా కనిపిస్తోంది. అక్కడ ఏముందో మా 'సెన్సార్లు' రంగుల రూపంలో చూపిస్తాయి. ఇక్కడ

పసుపు రంగులో మెరుస్తోంది అంటే.. అది కేవలం మట్టి కాదు, లోపల భారీ స్థాయిలో లోహ సంపద ఉందని అర్థం!"

"అంటే.. ఈ లేజర్ కిరణాలు నీకు లోపల ఉన్నది బంగారమో, కాదో కూడా చెప్పేస్తాయా?" అడిగాడు అశోక్

"ఖచ్చితంగా! ప్రతి లోహానికి ఒక ప్రత్యేకమైన రిఫ్లెక్షన్ ఉంటుంది. ఏఐ దాన్ని అనలైజ్ చేసి అక్కడ ఉన్నది గోల్డ్ ఆ, ఇరిడియమా లేక మామూలు రాళ్లా అనేది పక్కాగా చెబుతుంది. నువ్వు 'మంత్రం' అని భయపడే చోట.. నేను 'లైట్'తో నిజాన్ని బయటపెడుతున్నాను అన్నయ్యా. నీ దేవుడు దాచిన నిధిని నా లేజర్ కిరణాలు పట్టుకున్నాయి!" అని మళ్లీ వెటకారంగా నవ్వాడు అఖిల్.

"మరి ఇప్పుడు ఏమైంది?" అని అడిగాడు వంశీ.

అఖిల్ మళ్ళీ ఒక రియల్-టైమ్ స్కాన్ బటన్ నొక్కాడు. "ఇప్పుడు చూడండి.." అన్నాడు. గాల్లో డ్రోన్లు ఎగురుతూనే ఉ

న్నాయి.

ల్యాప్‌టాప్ స్క్రీన్ మీద లోడింగ్ సింబల్ తిరుగుతోంది. సరిగ్గా స్కానింగ్ ప్రక్రియ పూర్తయ్యే సమయానికి.. ఒక్కసారిగా స్క్రీన్ మీద ఉన్న ఆ బంగారు రంగు కాంతి రక్తపు రంగులోకి మారిపోయింది! స్క్రీన్ అంతా ఎర్రటి రంగు పులుముకుంది. అఖిల్

కళ్లు పెద్దవి చేసి చూస్తుండగానే.. ఆ ఎర్రటి రంగు మధ్యలో నుండి ఒక చిన్న పాప గజ్జెల సవ్వడి స్పీకర్లలో భయంకరంగా వినబడింది.

మరుక్షణంలో.. ఆ ఎర్రటి రంగు మాయమైపోయి, స్క్రీన్ మొత్తం ముదురు బూడిదే రంగులోకి మారిపోయింది. అప్పటి వరకు బంగారం అని చూపించిన చోట ఇప్పుడు 'Null - No Minerals Found' అని మెసేజ్ వచ్చింది.

"ఇది ఇంపాజిబుల్! ఒక భూమి తన స్వభావాన్ని గంటల్లో మార్చుకోలేదు. నిన్నటి బంగారం ఈరోజు కేవలం బంజరు భూమిగా ఎలా మారుతుంది?" అని కంపెనీ హెడ్ తల పట్టుకున్నాడు. "ఇక్కడ ఇనుము లేదు.. రాగి లేదు.. కనీసం మట్టిలో ఉండాల్సిన సహజ మూలకాలు కూడా లేవు. ఇది ఒక శూన్యం (Void) లా కనిపిస్తోంది!" అని అఖిల్‌కి చెప్పాడు.

అఖిల్ కి అర్థమైంది.. అక్కడే ఉంటే ఇంకా ఏదో జరగబోతోంది అని. తన ఏఐ టెక్నాలజీ ఆ శక్తుల ముందు ఒక చిన్న బొమ్మలా మారిపోయిందని. ఆ స్క్రీన్ మీద కనిపిస్తున్న శూన్యం, అతన్ని ఎగతాళి చేస్తున్నట్టుగా ఉంది.

"పదండి.. ఇక్కడ తవ్వడానికి ఏమీ లేదు. ఇది దెయ్యాల భూమి కాదు.. ఇది మన మేధస్సును మాయ చేసే భూమి!" అని అఖిల్ నిరాశతో అరిచాడు.

యంత్రాలు మూగబోయాయి. ఆ కంపెనీ కాన్వాయ్ ధూళి మేఘాలను లేపుతూ మాయాపురం పొలిమేరల నుంచి తోక ముడిచి వెళ్ళిపోయింది. ఊరి ప్రజలు అమ్మోరు తల్లికి జై అని వేసిన కేకలు కొండల్లో ప్రతిధ్వనించాయి. గ్రామాన్ని కాపాడిన అమ్మోరికి గ్రామస్తులు జాతర చేయాలని నిర్ణయించారు. కొన్ని వందల ఏళ్లుగా దీపం వెలగని చోట.. ఇప్పుడు జాతర జరగబోతోంది.

వంశీ మాత్రం ఆ స్క్రీన్ మీద కనిపించిన ఆ 'రక్తపు రంగు'ను మర్చిపోలేకపోతున్నాడు. "అశోక్! ఆ స్కాన్ రిపోర్ట్ లో బంగారం మట్టిగా మారింది అంటే.. అమ్మవారు తనను తాను దాచుకుంది అని అర్థం. కానీ ఆ ఎర్రటి రంగు దేనికి సంకేతం?" అని అడిగాడు.

అశోక్ దీర్ఘంగా ఆలోచిస్తూ, "బహుశా అది హెచ్చరిక వంశీ.. మళ్ళీ ఎవరైనా ఆశతో వస్తే, ఈ మట్టి రక్తాన్ని చవిచూస్తుంది అని చెబుతోంది."

మైనింగ్ వాహనాలు వెళ్లిపోయిన తర్వాత ఊరంతా సంబరాలు చేసుకుంటోంది. కానీ వంశీ మనసులో ఆ 'శూన్యం' ఇంకా కలవరపెడుతూనే ఉంది. ఏఐ స్కాన్ లో కనిపించిన ఆ రక్తపు రంగు, ఆ పక్కనే కనిపించిన 'Null' రిపోర్ట్ అతన్ని నిలవనీయలేదు. అశోక్ కూడా అదే అయోమయంలో ఉన్నాడు. ఇద్దరూ కలిసి నేరుగా దేవి ఇంటికి వెళ్లారు.

దేవి తన పూజా గదిలో పూజ చేసుకుంటూ ఉంది. గదిలో సాంబ్రాణి పొగ అలుముకుని ఒక వింతైన వాతావరణాన్ని సృష్టిస్తోంది. సరిగ్గా అశోక్ మొదటిసారి దేవిని చూసినప్పుడు వచ్చిన సాంబ్రాణి వాసన మళ్లీ తనకు వచ్చింది.

"దేవీ.. ఇదంతా ఎలా సాధ్యం?" వంశీ గొంతులో వణుకు వినిపించింది. "ఆ యంత్రాలు పేలిపోవడం పక్కన పెడితే.. ఆ స్కాన్ రిపోర్ట్స్ ఎలా మారిపోయాయి? అసలు అక్కడ నిధి ఉందా? లేక ఇదంతా మా భ్రమనా?"

దేవి నెమ్మదిగా కళ్లు తెరిచింది. దేవుడి గదిలోని దీపాల వెలుగులో ఆమె కళ్లు అగ్నిగోళాల్లా మెరుస్తున్నాయి. "వంశీ.. నువ్వు ఇంకా కంటికి కనిపించే దాన్ని మాత్రమే నిజం అనుకుంటున్నావు. కంటికి కనిపించనిది, నీ యంత్రాలకు అందనిదే అసలైన సత్యం."

అశోక్ తడబడుతూ అడిగాడు, "అంటే.. అక్కడ నిధి లేనట్టేనా దేవి? మరి ఆ శాసనం.. ఆ బ్రిటిష్ దొర విల్సన్ రాసిన మాటలు.. చనిపోయిన ఆ దొంగలు.. అంతా అబద్ధమా?"

దేవి ఒక్కసారిగా గంభీరంగా నవ్వింది. ఆ నవ్వు ఆ గది గోడల్లో ప్రతిధ్వనించింది.

"అశోక్! సముద్రం అడుగున ఉన్న ముత్యం.. ఒడ్డున ఉన్నవాడికి నీటిలాగే కనిపిస్తుంది. కానీ లోతుకు వెళ్లి చేతితో

తాకిన వాడికే దాని అసలు రూపం తెలుస్తుంది. అమ్మవారు తన గర్భంలో దాచాలనుకున్నది సంపదను కాదు.. ఈ ఊరి ప్రాణాన్ని! నువ్వు చూసిన ఆ రిపోర్ట్ లో బంగారం మట్టిగా మారింది అంటే.. అది అమ్మవారు వేసిన ముసుగు. ఆమెకు ఇష్టం లేని చేతులు తాకాలనుకుంటే, బంగారం కూడా బూడిదగా మారుతుంది. నీ తమ్ముడి టెక్నాలజీకి అమ్మవారు 'శూన్యాన్ని' కానుకగా ఇచ్చింది."

వంశీ ముందుకు వంగి, "కానీ దేవి.. ఆ శాసనం మీద ఉన్నది నిధి రహస్యం కాదా?" అని అడిగాడు.

దేవి ఒక్కసారిగా సీరియస్ అయ్యింది. ఆమె చూపు వంశీ వైపు తిప్పి.. "వంశీ.. ఆస్తి కోసం కొట్టుకుని మాయ అనే చిన్నారిని చంపేశారు కదా.. ఆ పాప రక్తం ఈ గడ్డ మీద ఎక్కడైతే చిందిందో, అక్కడే అమ్మవారు బంధించిన ఆ నిధి ఉంది."

వంశీకి వెన్నులో వణుకు పుట్టింది. "మరి ఈ జాతర? ఊరంతా కలిసి జాతర జరపాలని అనుకుంటున్నారు. దానివల్ల మాయ శాంతిస్తుందా?"

దేవి దీపం వైపు చూస్తూ నిశ్చలంగా అంది, "జాతర అంటే సంబరం కాదు వంశీ.. అది ఒక తీర్పు. వందల ఏళ్ల తర్వాత మళ్లీ ఆ రెండు వర్గాలు ఒకే చోట చేరుతున్నారు. పాత గొడవలు నివురు గప్పిన నిప్పులా ఉన్నాయి. అమ్మవారు ఈ జాతరను

ఆహ్వానించింది అంటే.. ఏదో ఒక పెద్ద లెక్క తేలబోతోంది అని అర్థం. ఈ జాతర రోజున మాయాపురపు గాలి.. ఎవరిని కాపాడుతుందో, ఎవరిని బలి తీసుకుంటుందో ఆ అమ్మకే ఎరుక!"

ఆ చీకట్లో దేవి ముఖం గంభీరంగా కనిపించింది. కేవలం ఆమె అన్న మాటలు మాత్రం వంశీ, అశోక్‌ల చెవుల్లో మారుమోగుతూనే ఉన్నాయి.

బయటకు రాగానే వంశీ అన్నాడు, "అశోక్.. దేవి మాటలు వింటే భయం వేస్తోంది. జాతర ఊరిని కలుపుతుందా? లేక విడదీస్తుందా?"

అశోక్ ఆకాశం వైపు చూస్తూ, "మాయాపురం మీద మళ్ళీ కారుమబ్బులు కమ్ముకున్నాయి వంశీ. ఈ జాతర మామూలు జాతర కాదు.. ఇది ఒక ప్రళయంలా అనిపిస్తోంది!"

దేవి ఇంటి నుంచి బయటకు వచ్చిన అశోక్ వంశీకి వీడ్కోలు చెప్పి.. తన కారులో సొంతూరు బయల్దేరాడు. కారు కిటికీలోంచి వేగంగా వెనక్కి వెళ్తున్న మాయాపురం కొండలను చూస్తుండగా, అశోక్‌కు ఆరు నెలల క్రితం తను వెళ్తున్నప్పుడు జరిగిన ఒక సంఘటన మెరుపులా గుర్తొచ్చింది. వెంటనే వణికిపోతున్న చేతులతో తన ఫోన్ గ్యాలరీని ఓపెన్ చేశాడు. ఆ పాత శాసనం ఫోటోను తీసి జూమ్ చేసి చూశాడు.

అశోక్ గుండె ఒక్కసారిగా ఆగినంత పనైంది. అతని కళ్లముందు ప్రపంచం తిరుగుతున్నట్టు అనిపించింది.

గతంలో రాబర్ట్ విల్సన్ పేరు కింద అప్పుడే మొదలవుతున్నట్టుగా ఉన్న ఆ 'అ..' అనే అక్షరం.. ఇప్పుడు మరింత స్పష్టంగా, రక్తపు రంగులో మెరుస్తోంది. ఆరు నెలల క్రితం అది కేవలం ఒక గీతలా ఉండేది, కానీ ఇప్పుడు అది పూర్తి అక్షరంగా మారిపోయింది.

"అ... అంటే అఖిల్ ఆ!" అశోక్ గొంతులో నుంచి పీలగా అరుపు వెలువడింది.

"అంటే.. నేను ఆ రోజే ఊరు నుంచి వెళ్తున్నప్పుడు అమ్మవారు హెచ్చరించిందా" అని భయపడతూ.. అమ్మవారి కొండవైపే అద్దంలో నుంచి చూస్తాడు.

అశోక్ ఊరు విడిచి వెళ్లినా, అతని రక్తసంబంధీకుడు ఎవరో ఒకరు ఆశతో ఇక్కడికి వస్తారని, వారి వినాశనం అక్కడే మొదలవుతుందని ఆ అక్షరం ముందే రాసి పెట్టింది. రాబర్ట్ విల్సన్ పేరు కింద చేరిన ఆ కొత్త పేరు.. తన తమ్ముడిదే అని అర్థం చేసుకోలేకపోయినందుకు అశోక్ తనను తాను నిందించుకున్నాడు.

అఖిల్ తన యంత్రాలతో వెళ్ళిపోయాడని సంతోషించాలో.. లేక ఆ శాసనం మీద పేరు పడిందంటే వాడు మృత్యువు నీడలోకి

వెళ్ళిపోయాడని బాధపడాలో అశోక్‌కు అర్థం కాలేదు. ఆ అక్షరం కేవలం రాయి మీద గీత కాదు.. అది ఒక మరణ శాసనం! అశోక్ కళ్లలో నీళ్లు తిరిగాయి. తన తమ్ముడి అహంకారం అతన్ని ఏ అగాధంలోకి నెట్టబోతుందో ఊహించుకుంటేనే వెన్నులో వణుకు పుట్టింది.

మాయాపురం కొండలు క్రమంగా దూరమవుతున్నాయి. కానీ ఆ శాసనం మీద ఉన్న ఆ 'అ..' అనే అక్షరం మాత్రం అశోక్ కళ్లముందే కదలాడుతోంది.

"ఆ శాసనం మీద అక్షరాలు కేవలం చెక్కబడవు.. అవి రక్తంతో తడిచి మొలుస్తాయి. రాబర్ట్ విల్సన్ తర్వాత ఆ బలిపీఠం మీద నిలబడబోయే పేరు తన తమ్ముడిదేనా?" అన్న ఆలోచన అశోక్‌ను నిలువునా దహించివేసింది.

మాయాపురం మీద మళ్ళీ కారుమబ్బులు కమ్ముకున్నాయి. ఈసారి అవి కేవలం వర్షాన్ని మాత్రమే కాదు.. ఒక భయంకరమైన నిజాన్ని కూడా మోసుకొస్తున్నాయి.

CHAPTER SEVEN

శిలాశాసనంపై కొత్త పేరు!

వంశీ మాయాపురానికి సెక్రటరీగా వచ్చిన మొదటి రోజు అతనికి ఇంకా గుర్తుంది. అప్పుడు ఈ ఊరు ఒక శ్మశానంలా ఉండేది. మనుషుల ముఖాల్లో భయం, వీధుల్లో నిశ్శబ్దం, ఆ పాత గుడి నుండి వచ్చే వింతైన గాలి.. అంతా ఒక తెలియని గందరగోళం. కానీ ఈరోజు.. మాయాపురం రూపురేఖలే మారిపోయాయి. మాయాపురం ఊరు పెళ్లికూతురిలా ముస్తాబైంది. వందల ఏళ్ల తర్వాత జరుగుతున్న అమ్మవారి జాతర కావడంతో ఊళ్లో ఒక తెలియని ఉత్సాహం ఉప్పొంగుతోంది.

వందల ఏళ్లుగా ఒక భయానక నిశ్శబ్దంలో ఉండే మాయాపురంలో ఈరోజు ఆ నిశ్శబ్దాన్ని చీల్చుకుంటూ జాతర ఘంటానాదం వినిపిస్తోంది.

ఒకప్పుడు కత్తులు నూరుకున్న పెద్దిరాజు, సోమనాథం వర్గాలు ఈరోజు భుజం భుజం కలిపి పందిళ్లు వేస్తున్నారు.

యంత్రాల విధ్వంసం కళ్లారా చూశాక, పెద్దిరాజులో అహంకారం నీరైపోయింది. "మన గొడవలు అమ్మవారి ముందు ఎందుకయ్యా సోమనాథం.. పద, మన ఊరి పండుగ చేసుకుందాం" అని పెద్దిరాజు అన్నప్పుడు అక్కడున్నవారంతా ఊపిరి పీల్చుకున్నారు. వారిద్దరూ కలిసి గుడి మెట్ల దగ్గర తోరణాలు కడుతుంటే, వందల ఏళ్ల పగ మంచులా కరిగిపోయింది.

ఊరి ఆడపడుచులు కొత్త పట్టు బట్టలు కట్టుకుని, నెత్తిన పసుపు పూసిన బోనాలు ఎత్తుకుని, మంగళహారతులతో కొండ దారి పడుతుంటే.. వంశీకి మాయాపురం ఒక ఇంద్రలోకంలా కనిపిస్తోంది. ఊరి పొలిమేర నుండి గుడి వరకు ప్రతి ఇల్లు పసుపు, కుంకుమలతో మెరుస్తోంది. శిథిలావస్థలో ఉన్న ఆ పాత గుడిని ఊరి జనం కడిగి, రంగురంగుల విద్యుత్ దీపాలతో అలంకరించారు. ముళ్ల పొదలతో నిండిన ఆ దారి ఇప్పుడు తెల్లని మల్లె పూల సువాసనలతో నిండిపోయింది. ఇప్పటి వరకు గుడికి వెళ్లేందుకు భయంతో వణికిన ప్రజలు, ఇప్పుడు భక్తితో అమ్మవారి గర్భాలయంలోకి అడుగుపెడుతున్నారు.

వంశీ స్వయంగా గుడి మెట్ల మీద నిలబడి పనులన్నీ పర్యవేక్షిస్తున్నాడు. గతంలో భయంకరంగా కనిపించిన ఆ గుడి, ఆ వెలుగులో ఇప్పుడు ఒక మహా క్షేత్రంలా వెలిగిపోతోంది.

గుడి దగ్గర డప్పు చప్పుళ్లు, తప్పెట గుళ్లు, కొమ్ము బూరల శబ్దాలతో మాయాపురం మారుమోగిపోతోంది.

గరగ నృత్యాలు చేసే కళాకారుల కేకలు, డప్పుల దరువులకు కొండలు ప్రతిధ్వనిస్తున్నాయి. పొరుగు గ్రామాల నుండి కూడా జనం తండోపతండాలుగా వస్తున్నారు.

గుడి ప్రాంగణంలో శివసత్తుల పూనకాలు, వేపాకులతో ఒళ్లు తడుముకుంటూ, అమ్మవారి నామస్మరణ చేస్తూ వారు వేస్తున్న కేకలు గాలిలో వింతైన శబ్దాన్ని కలిగిస్తున్నాయి. ఇదంతా ఆ ఊళ్లో చిన్నపిల్లలకు కొత్తగా ఉంది.

"అమ్మవారికి ఇన్ని ఏళ్ల తర్వాత నీ వల్లనే కదా వంశీ బాబు ఈ వైభవం దక్కింది!" అని ఊరి పెద్దలు అతన్ని మెచ్చుకుంటుంటే వంశీలో ఒక తృప్తి కలిగింది. ఆ తృప్తిలో తన భాగస్వామి, స్నేహితుడు అశోక్ కూడా ఉంటే బాగుంటుందనిపించింది. వెంటనే అశోక్‌కు కాల్ చేశాడు. "అశోక్! నువ్వు రావాలి.. ఇదంతా చూస్తుంటే ప్రజల్లో ఎంత నమ్మకం పెరిగిందో నీకు చూపించాలి. నువ్వు రాకుండా నేను జాతర మొదలుపెట్టను!" అని చెప్పాలనుకున్నాడు. కానీ అశోక్ ఫోన్ స్విచ్ఛాఫ్.

పానకాలు, నైవేద్యాలతో ప్రతి ఇంటి నుంచి ప్రసాదం గుడికి చేరుతోంది. సాంబ్రాణి ధూపంతో కొండ ప్రాంతమంతా మేఘంలా కమ్ముకుంది.

సూర్యుడు అస్తమించినా మాయాపురంలో పగలులాగే ఉంది. వెలిగించిన వేల కాగడాల వెలుగులో అమ్మవారి పవిత్ర గరగలు ఊరంతా ఊరేగుతున్నాయి. అర్ధరాత్రి అయ్యింది. కానీ మాయాపురంలో ఒక్క కన్ను కూడా నిద్రపోవడం లేదు. పసిపిల్లల నుండి ముసలివారి వరకు అందరూ ఆ గరగల వెంట నడుస్తూ 'అమ్మోరు తల్లికి జై' అని నినదిస్తున్నారు.

ప్రతి ఇంటి ముందు హారతులు పడుతున్నారు. వంశీ ఈ జనసందోహాన్ని చూసి పులకించిపోతున్నాడు.

జాతర ఆఖరి ఘట్టం.. ఊరి పొలిమేర చేరుకుంది. అక్కడ భారీ కాగడాల మధ్య బలి ఇచ్చే సమయం ఆసన్నమైంది. పూజారి కత్తిని పైకెత్తి అమ్మవారిని స్మరిస్తున్నాడు. ప్రజలందరూ భక్తితో కళ్లు మూసుకుని మొక్కుకుంటున్నారు.

అప్పటి వరకు అక్కడేం జరుగుతోందో తెలియని ఓ నల్ల మేక శరీరం క్షణాల్లోనే రెండు భాగాలైంది.

ఊరి పొలిమేరలో బలి పూర్తైంది. గ్రామస్తులంతా తిరిగి గుడి బాట పట్టారు. సరిగ్గా అదే క్షణంలో వంశీ ఫోన్ మోగింది.

అవతల వ్యక్తి చెప్పిన మాట వినగానే వంశీ చేతిలో ఉన్న ఫోన్ కింద పడిపోయింది. చుట్టుపక్కల వేల మంది సంతోషంగా అరుస్తున్నా, వంశీకి మాత్రం అంతా శ్మశానంలా అనిపించింది.

"వంశీ గారు.. అశోక్ గారు ఇక లేరు. నిన్న రాత్రి కొండ దారిలో ఆయన బాడీ గుర్తుపట్టలేనంతగా నీలంగా మారిపోయి దొరికింది."

వంశీకి ప్రపంచం ఆగిపోయినట్టు అనిపించింది. కళ్ళలో నీళ్లు తిరిగాయి. తన స్నేహితుడు, ఈ ఊరిని కాపాడటంలో తనతో నిలబడిన వ్యక్తి ఇక లేడనే వార్తను అతను జీర్ణించుకోలేకపోయాడు.

వెంటనే దేవిని కలిసి జరిగిన విషయం చెప్పాలని ఆమె ఇంటివైపు పిచ్చిపట్టినవాడిలా పరిగెత్తుతున్నాడు. అప్పటి వరకు జాతరలో సందడిగా కనిపించిన వంశీ.. ఒక్కసారిగా అలా పరుగులు పెట్టడాన్ని చూసి గ్రామస్తులంతా భయపడ్డారు.

కానీ దేవి గుడి మెట్ల మీద నిశ్చలంగా కూర్చుని ఉంది. ఆమె కళ్లలో ఒక రకమైన శూన్యం, ఈ లోకంతో సంబంధం లేని ప్రశాంతత వంశీకి కనిపించింది.

"దేవి! అశోక్ చనిపోయాడట దేవి.. గుడిని కాపాడాలని అనుకున్న వాడు, నాకు తోడున్న వాడు.. అమ్మవారు వాడిని ఎందుకు బలి తీసుకుంది?" అని వంశీ అరుస్తూ ఆమె పాదాల దగ్గర కూలబడిపోయాడు.

దేవి నెమ్మదిగా కళ్లు తెరిచింది. ఆమె చూపు వంశీ హృదయాన్ని చీల్చుకుంటూ వెళ్తున్నట్టు ఉంది. "వంశీ.. నువ్వు కన్నీళ్లు కారుస్తున్నది ఒక రాక్షసుడి కోసం! నువ్వు నమ్మింది

స్నేహాన్ని కాదు.. ఒక ముసుగుని. నువ్వు చూసింది ఈ ఊరి వెలుగు.. కానీ అశోక్ చూసింది ఆ గుడి కింద ఉన్న చీకటిని! నువ్వు ప్రాణ స్నేహితుడిగా నమ్మావు. కానీ అశోక్ ఈ ఊరికి వచ్చింది సేవ చేయడానికి కాదు.. చితికిపోయిన తన కంపెనీని కాపాడుకోవడానికి, అమ్మవారి గుడి గర్భంలో ఉన్న కోట్లాది రూపాయల సంపదను దోచుకోవడానికి!"

వంశీ నమ్మలేనట్టు తల అడ్డంగా ఊపుతూ, "లేదు దేవి.. వాడు మైనింగ్ కంపెనీని ఎదిరించాడు కదా? ఊరి కోసం నాతో కలిసి పోరాడాడు కదా?" అన్నాడు.

దేవి ఒక్కసారిగా తీవ్రంగా నవ్వింది. "అదే వాడి అసలైన మాయ! వంశీ.. నువ్వు అశోక్‌ని నీ స్నేహితుడిగా, ఈ ఊరి రక్షకుడిగా నమ్మావు. ఆ మైనింగ్ కంపెనీని ఇక్కడికి రప్పించింది అశోకే! అఖిల్ వాడి తమ్ముడే కాదు.. వాడి దాహం కోసం వాడుకున్న ఒక ఆయుధం. ముందుగా.. ప్రజలందరిలో ఒక నమ్మకాన్ని కలిగించి.. నువ్వు గుడి చుట్టూ రక్షణ పెంచేలా చేశాడు. జనం ఎవరూ గుడి దగ్గరకు రాకుండా రోడ్లు మూయించింది ఊరి కోసం కాదు.. తన కోసం! నువ్వు ఆరు నెలలు ఎవరినైతే నమ్మావో, వాడు ప్రతి క్షణం నీ పక్కనే ఉంటూ నీ వెన్నులో పొడవడానికి కత్తి సిద్ధం చేసుకున్నాడు."

అని చెబుతూ దేవి ఒక పాత, చిరిగిన డైరీని వంశీ ముందు పడేసింది.

వంశీకి అర్థం కానట్టుగా దేవి ఇస్తున్న డైరీ వైపు చూస్తూ.. "లేదు దేవి.. అశోక్ నాతో కలిసి దేవుడిని నమ్మాడు కదా?.. అంటే.. వాడు నాతో గడిపిన ప్రతి నిమిషం ఒక నాటకమా? అమ్మవారి గురించి వాడు చెప్పిన ప్రతి మాట అబద్ధమా?"

"నమ్మలేదు వంశీ.. నటించాడు!" అని దేవి వంశీ కళ్లలోకి చూస్తూ చెప్పింది.

వంశీ వణుకుతున్న చేతులతో ఆ డైరీని తెరిచాడు. అందులో ప్రతి పేజీ ఒక కుట్ర!

అఖిల్ తెచ్చిన రిపోర్ట్స్, ఆ యంత్రాలు.. అంతా అశోక్ ఆడిన నాటకమే. నిజానికి అక్కడ నిధి లేదని చూపిస్తే, ప్రభుత్వం ఆ స్థలాన్ని వదిలేస్తుంది.. అప్పుడు తానే స్వయంగా దాన్ని తవ్వి తీసుకోవచ్చని రాసుకున్నాడు.

"వంశీని ఎలా వాడుకోవాలి? ఊరి జనాన్ని ఎలా మభ్యపెట్టాలి?" అని అశోక్ పక్కాగా ప్లాన్ చేశాడు. ఊరు తనని నమ్మితే, తను ఎప్పుడు గుడిలోకి వెళ్ళినా ఎవరూ అనుమానించరు అన్నది అశోక్ ఆలోచన.

డైరీ చదువుతుంటే వంశీకి గొంతులో పచ్చి వెలక్కాయ పడ్డట్టు అయ్యింది. తన స్నేహితుడు తనతో అమ్మవారి గురించి మాట్లాడినప్పుడు.. వాడి మనసులో ఇంత విషం ఉందా?.. "అంటే.. వాడు నాతో గడిపిన ప్రతి క్షణం ఒక నాటకమా? అమ్మవారి గురించి వాడు చెప్పిన ప్రతి మాట అబద్ధమా దేవి?" అని వంశీ గుండెలు పగిలేలా రోదించాడు.

దేవి గంభీరంగా నిలబడి గర్భగుడి వైపు చేయి చూపించింది. "అవును వంశీ! నిన్న రాత్రి జాతర హడావిడిలో అందరూ ఉన్నప్పుడు, అశోక్ గర్భాలయం వెనుక ఉన్న రహస్య సొరంగం ద్వారా లోపలికి వెళ్ళాడు. కానీ అక్కడ అతనికి దొరికింది బంగారం కాదు.. మృత్యువు! అమ్మవారి పాదాల దగ్గర కాపలా ఉన్న ఆ నల్లత్రాచు వాడి అహంకారాన్ని కాటేసింది. ఆ విషానికి శరీరం నీలంగా మారిపోయి, భయంతో పరుగులు తీస్తూ లోయలో పడిపోయాడు. దైవంతో ఆడుకున్న వాడికి మాయాపురంలో క్షమాపణ ఉండదు."

"అయినా నిధి కోసం వెళ్లిన అందర్నీ అమ్మ మాయం చేసింది కదా..! మరి అశోక్‌ని మాయం చేయకుండా మనకి మాత్రం శవంలా ఎందుకు చూపించింది" దేవిని ప్రశ్నించాడు వంశీ.

దేవి నిట్టూర్చి, అమ్మవారి ఆగ్రహం వెనుక ఉన్న గూఢార్థాన్ని వివరించడం మొదలుపెట్టింది. "చూడు వంశీ.. అమ్మ అశోక్‌ను

ఇదివరకే హెచ్చరించింది. నువ్వు, అశోక్ ఆ రాత్రి గుడికి వెళ్లినప్పుడే మీ కళ్ళ ముందే ఆ నలుగురిని మాయం చేసింది. ఆ క్షణమే నీలో భయం, భక్తి కలిగాయి. కానీ అదే దృశ్యం అశోక్‌లో దురాశను పెంచింది. వందల ఏళ్లుగా ఎవరూ చూడని ఆ నిధిని తానొక్కడే దక్కించుకోవాలని నిన్ను కూడా మాయ చేసి తన దారిలోకి తెచ్చుకున్నాడు."

దేవి ఒక్క క్షణం ఆగి వంశీ కళ్ళలోకి చూస్తూ అంది.. "ఒకవేళ ఇప్పుడు కూడా అశోక్ మాయమైపోతే.. అతను ఏమయ్యాడో నీకు తెలీదు. ఎక్కడో ప్రాణాలతోనే ఉన్నాడనే భ్రమలో నువ్వు ఉండిపోయేవాడివి. కేవలం నీకు అతని నిజ స్వరూపం తెలియాలనే అశోక్ శవమయ్యాడు. లేదంటే అందరిలానే మాయమయ్యేవాడు. ఇప్పుడు ఊరి జనం.. అతను పొరపాటున లోయలో పడిపోయి ఉంటాడని అనుకుంటున్నారు. కానీ, ఆ కృష్ణసర్పం కాటు వేయడం వల్లే అశోక్ ప్రాణాలు కోల్పోయాడు. తప్పు చేస్తే శిక్ష ఇలాగే ఉంటుందని నీకు అర్థం కావడానికే అమ్మ అశోక్‌ను శవంగా మార్చి నీ ముందుంచింది. లేదంటే.. అతను కూడా గాలిలో కలిసిపోయేవాడే!"

గాలిలో గజ్జెల సవ్వడి ఇప్పుడు విచారంగా కాకుండా, ఒక విజయగీతంలా వినిపించింది. పక్కనే ఉన్న ఆ పాత శాసనం మీద

బ్రిటిష్ అధికారి రాబర్ట్ విల్సన్ పేరు కింద.. అశోక్ అని అదృశ్యంగా చేరిపోయినట్టు వంశీకి అనిపించింది.

అది శాసనం కాదు.. ఒక మరణ వేదిక! తను ప్రాణంగా నమ్మిన స్నేహితుడే పరమ దుర్మార్గుడని తెలిసిన ఆ క్షణం, వంశీకి జాతర వెలుగులు శ్మశాన దీపాల్లా కనిపించాయి. ఎవరితో కలిసి ఈ మిస్టరీని ఛేదించాలనుకున్నాడో.. అతనే వెన్నుపోటు పొడిచాడని తెలిసి వంశీ నమ్మకం ముక్కలైపోయింది.

వంశీ కళ్లలో నీళ్లు ఆవిరైపోయి, ఒక తెలియని అయోమయం నెలకొంది. "దేవి.. నువ్వు చెప్పేది వింటుంటే తల తిరిగిపోతోంది. కానీ ఒక్క నిమిషం.. ఆ రోజు మైనింగ్ కంపెనీ అత్యుత్తమ టెక్నాలజీతో స్కాన్ చేసినప్పుడు 'Null' అని ఎందుకు వచ్చింది? అఖిల్ తన కళ్లముందే బంగారం మట్టిగా మారిపోవడం చూసి కదా భయపడి వెళ్ళిపోయింది? అశోక్ అంత ప్లాన్ చేస్తే.. తన సొంత టెక్నాలజీనే తనను మోసం చేసిందా? అదెలా సాధ్యం?" అని వంశీ ఆవేశంగా అడిగాడు.

దేవి ఒక్క నిమిషం ఆకాశం వైపు చూసింది. ఆ సమయంలో గాలిలో ఒక వింతైన నిశ్శబ్దం ఆవరించింది. దేవి గొంతులో ఇప్పుడు ఒక గంభీరత్వం చోటు చేసుకుంది.

"వంశీ.. నువ్వు ఆ రిపోర్టులను చూస్తున్నప్పుడు నేను అక్కడ లేను.. కానీ నేను అంతా చూశాను. ఆ రోజు అఖిల్

ఐప్యాడ్ లో ఆ మ్యాప్ చూస్తున్నప్పుడు అశోక్ పక్కనే ఉండి ఒక విజేతలా నవ్వుకున్నాడు. కానీ మరుక్షణంలోనే ఆ స్క్రీన్ ఎర్రగా మారిపోయి, ఆ తర్వాత శూన్యాన్ని చూపించింది. అది చూసి అశోక్ గుండె ఆగిపోయినంత పనైంది. ఎందుకంటే.. వాడు ప్రకృతిని వంచించాలనుకున్నాడు, కానీ ప్రకృతి వాడి మేధస్సునే వంచించింది!"

వంశీ ఆశ్చర్యంగా వింటుండగా దేవి ఇంకా వివరించింది.

"నువ్వు కూడా సైన్స్‌నే ఎక్కువగా నమ్ముతావు కదా.. మీ టెక్నాలజీ దేని మీద పనిచేస్తుంది? కాంతి మీద, తరంగాల మీద! ఆ లేజర్ కిరణాలు భూమి లోపలికి వెళ్లినప్పుడు అమ్మవారు ఒక అభేద్యమైన మాయా కవచాన్ని సృష్టించింది. ఆ కిరణాలు లోపల ఉన్న బంగారాన్ని తాకకుండా, కేవలం శూన్యాన్ని తాకి వెనక్కి వెళ్లేలా చేసింది. అశోక్ రాసుకున్న లెక్కల ప్రకారం అక్కడ వేల కోట్ల సంపద ఉండాలి.. కానీ ఆ తరంగాలు తిరిగి తెచ్చిన సమాచారం ప్రకారం అక్కడ ఏమీ లేదు! అది చూసి అశోక్ పిచ్చోడైపోయాడు. టెక్నాలజీ తప్పు చెప్పడం సాధ్యం కాదని వాడికి తెలుసు.. అందుకే అది అమ్మవారి మహిమ అని బయటకు నటించి, లోలోపల మాత్రం ఇది ఏదో మాయ.. ఎవరికీ తెలియకుండా నేనే దీన్ని సాధించాలి అని మరింత కసి పెంచుకున్నాడు."

వంశీ ఒక్కసారిగా ఊపిరి పీల్చుకున్నాడు. "అంటే.. ఆ రోజు రిపోర్ట్స్ మారడం అనేది అశోక్‌ను భయపెట్టడానికి కాదు, వాడికి ఒక చివరి అవకాశం ఇవ్వడానికి అన్నమాట!"

"అవును వంశీ!" దేవి గొంతు పెంచింది. "అమ్మవారు వాడికి అక్కడే ఒక హెచ్చరిక ఇచ్చింది. 'సంపద కోసం వస్తే నీకు శూన్యమే మిగులుతుంది' అని చెప్పకనే చెప్పింది. కానీ వాడు వినలేదు. ఆ శూన్యాన్ని కూడా చీల్చుకుని నిధిని తాకాలని చూశాడు. అందుకే.. ఆఖరి నిమిషంలో జాతర జరుగుతున్నప్పుడు, ప్రజలందరూ భక్తిలో మునిగిపోయి ఉంటే, తను మాత్రం నిధిపై దాహంతో గర్భాలయం వెనుక దారి పట్టాడు. ఫలితం.. వాడి పాపం పండింది. ఇప్పుడు వాడు ఆ శూన్యంలోనే కలిసిపోయాడు!"

వంశీకి ఇప్పుడు ప్రతీదీ ఒక స్పష్టమైన చిత్రంలా కనిపిస్తోంది. టెక్నాలజీ ఫెయిల్ అవ్వడం, అశోక్ ఆడిన డ్రామా, దేవి చెప్పిన తీర్పు.. అంతా ఒక క్రమపద్ధతిలో అర్థమైంది.

"అశోక్ మరణం ఒక హెచ్చరిక వంశీ.. మాయాపురంలో సంపద కంటే ప్రాణం గొప్పది. ఆ సంపద ఈ ఊరిని కాపాడటానికి ఉంది తప్ప, ఎవడో ఒకడి స్వార్థం కోసం కాదు." అని దేవి ముగించింది.

అశోక్ మరణంతో ఒక నీచమైన అధ్యాయం ముగిసింది. వంశీ ఆ పాత గుడి వైపు చూశాడు. ఇప్పుడు అక్కడ అతనికి భయం కనిపించడం లేదు.. ఒక అంతుచిక్కని అద్భుతం కనిపిస్తోంది. మాయాపుర రక్షకుడిగా వంశీకి అసలైన బాధ్యత ఇప్పుడే మొదలైంది.

అశోక్ మరణం ఒక హెచ్చరిక. అమ్మవారితో ఆటలాడితే.. మాయాపురంలో శిక్ష తప్పదు." అని వంశీ తనలో తానే అనుకున్నాడు.

"జాతర రెండో రోజు.. మాయాపురం ఇంకా ఆ ఊపులోనే ఉంది. ఊరంతా నైవేద్యాల సందడి, డప్పుల మోత, మేకల బలులతో నిండిపోయింది. రంగుల రాట్నాల దగ్గర పిల్లల కేకలు, మైకుల్లో హోరెత్తుతున్న భక్తి పాటలు.. మాయాపురం ఒక అద్భుతమైన జాతర లోకంలా కనిపిస్తోంది.

కానీ వంశీ మనసు మాత్రం ఆ శూన్యంలోనే ఉండిపోయింది. ఊరంతా వెలుగుల్లో ఉన్నా, తన స్నేహితుడు చూపించిన చీకటి అతన్ని వెంటాడుతోంది. ఆ రోజంతా అతను ఎవరినీ కలవలేదు, పంచాయితీ వైపు వెళ్లలేదు. కేవలం ఆ పాత గుడి మెట్ల మీదే కూర్చుండిపోయాడు. సాయంత్రం అయ్యి చీకటి పడుతున్నా జనం సంబరాలు తగ్గలేదు.

కానీ వంశీ మాత్రం ఆ జనసందోహానికి దూరంగా, నెమ్మదిగా పాత గుడి వెనుక ఉన్న ఆ చీకటి మార్గంలో నడవడం మొదలుపెట్టాడు. తన స్నేహితుడు ప్రాణాలు కోల్పోయిన చోట.. అసలు ఆ రహస్యం ఏంటో తన కళ్లతో చూడాలని, మాయాపురపు అస్తిత్వానికి ముగింపు పలకాలని నిశ్చయించుకున్నాడు."

CHAPTER EIGHT

అమ్మవారి ఆజ్ఞ..

దూరంగా జాతర కోలాహలం వినిపిస్తున్నా, గుడి పరిసరాల్లో మాత్రం ఒక వింతైన నిశ్శబ్దం ఆవరించింది. ఆకాశంలో నిండు పున్నమి వెన్నెల.. ఆ వెలుతురులో పాత గుడి గోపురం ఒక తెల్లని పర్వతంలా మెరుస్తోంది. వంశీ గర్భాలయం ముందు నిలబడగానే, గాలిలో ఒక మధురమైన సువాసన అలుముకుంది. అశోక్‌తో వచ్చినప్పుడు అక్కడ భయంకరమైన సాంబ్రాణి పొగ ఉంటే, ఇప్పుడు వంశీ చుట్టూ మల్లెపూల పరిమళం వ్యాపించింది.

సరిగ్గా అప్పుడే.. "ఘల్లు.. ఘల్లు.." అనే గజ్జెల చప్పుడు ప్రశాంతంగా వంశీ చెవులకు వినిపించింది. ఆ శబ్దం గుడి లోపలి నుండి కాదు, గాలిలో నుండి వస్తున్నట్టు ఉంది. వంశీ కళ్లు పెద్దవి చేసి చూశాడు. గర్భాలయం గుమ్మం దగ్గర ఒక చిన్న నీడ కదిలింది. మెల్లగా ఆ నీడ వెన్నెల వెలుగులోకి అడుగు పెట్టింది.

ఆమె పేరు మాయ! ఇన్నాళ్లూ వంశీ.. నీడలా చూసిన ఆ చిన్నారి, ఇప్పుడు పూర్తి రూపంతో అతని ముందు నిలబడింది. పట్టు పరికిణి జాకెట్టు, నుదుట ఎర్రటి కుంకుమ బొట్టు, కళ్లలో ఒక అంతుచిక్కని వెలుగు. ఆమె ముఖంలో ఒక చిన్న నవ్వు ఉంది.. అది ఒక స్నేహితుడిని చూసినట్టుగా ఉంది.

వంశీ అడుగు వెనక్కి వేయబోయి ఆగిపోయాడు. ఆమె గొంతు అతన్ని కట్టిపడేసింది. "వంశీ.. భయమెందుకు? నీకు నేను ఇన్నాళ్లూ కనిపించింది భయపెట్టడానికి కాదు.. ఈ ఊరిని రక్షించమని కోరడానికి!" ఆమె గొంతులో ఒక దివ్యమైన స్పష్టత ఉంది.

వంశీ గొంతు పెగలకపోయినా, అతి కష్టం మీద అడిగాడు.. "నువ్వు.. నువ్వు మాయవా? మరి అశోక్ ని ఎందుకు చంపేశావు?"

మాయ నవ్వుతూ వంశీ వైపు ఒక అడుగు వేసింది. ఆమె అడుగు పెట్టిన చోట మట్టి మెరుస్తోంది. "నేను ఎవరినీ చంపలేదు వంశీ. మనుషులు తమ స్వార్థంతో తామే గీసుకున్న మరణ శాసనం అది. అశోక్ వచ్చింది సంపదను దోచుకోవడానికి. కానీ నువ్వు వచ్చింది.. నా ఊరిని, నా ఉనికిని కాపాడటానికి. ఇక్కడ ఉన్నది కేవలం బంగారం కాదు వంశీ.. వందల ఏళ్ల నాటి భక్తి, విశ్వాసం!"

వంశీకి ఒక్కసారిగా జ్ఞానోదయం అయినట్టు అనిపించింది. అశోక్ కళ్ళకు మాయ ఒక భయంకరమైన నాగుపాములా కనిపిస్తే, వంశీకి మాత్రం ఆ పాపే ఒక రక్షక దేవతలా కనిపిస్తోంది.

ఇంతలో మాయ, "ఏం వంశీ! ఇలా వచ్చావు.. అందరూ కింద జాతరలో ఉంటే, నువ్వేంటి ఇక్కడ ఒంటరిగా?" అని అడిగింది. ఆ గొంతులో పసిపిల్లల అమాయకత్వం కంటే, యుగాల అనుభవం ఉన్న గంభీరత వినిపిస్తోంది.

వంశీ వణుకుతున్న స్వరంతో, "ఏం లేదమ్మా.. జాతర ఘనంగా జరుగుతోంది. ఆ అమ్మవారిని ఒక్కసారి ప్రశాంతంగా దర్శించుకుందామని వచ్చాను," అన్నాడు.

ఆ అమ్మాయి చిన్నగా నవ్వింది. "గుడి చూస్తే సరిపోతుందా వంశీ? లేక లోపల దాగి ఉన్న ఆ నిధులు కూడా చూస్తావా?" అని అడగడంతో వంశీ ఒక్కసారిగా నిర్ఘాంతపోయాడు.

"అబ్బే! అదేం లేదమ్మా.. నాకు నిధుల మీద ఆశ లేదు. అశోక్ పరిస్థితి చూశాక నాకు అర్థమైంది.. ఈ నిధి సంపద కాదు, ఒక శాపం అని. అసలు ఈ గుడి గురించి, ఇక్కడ మనుషులు ఎందుకు మాయమవుతారో తెలుసుకోవాలన్న కుతూహలం తప్ప నాకు మరో ఆలోచన లేదు," అని నిజాయితీగా చెప్పాడు.

"నాకు తెలుసు వంశీ.." అంటూ ఆమె చెప్పగానే, వెనుక నుండి భారీ కృష్ణసర్పం పడగ విప్పి బుసలు కొడుతూ ముందుకు

వచ్చింది. దాని కళ్లు నిప్పుకణికల్లా మండుతున్నాయి. ఆ పాము నోరు తెరవడంతో తనని మింగేస్తుందేమోనని వంశీ భయంతో వణికిపోయాడు. కానీ ఆ పాము అతన్ని ఏమీ చేయకుండా, అతని చుట్టూ ఒక పెద్ద వలయంలా చుట్టుకుంది. వంశీ భయంతో అడుగు వేయబోయాడు, కానీ పాదాలు భూమికి అతుక్కుపోయాయి.

వంశీ మోకాళ్ల మీద కూలబడిపోయాడు. అతని చుట్టూ ఉన్న ఆ పాము ఒక రక్షణ కవచంలా తిరుగుతుంటే, నేల చీలిపోయి అగాధమైన లోతు నుండి ఒక దివ్యమైన కాంతి పుంజుకుంది. మొదట అది ఒక చిన్న కిరణంలా మొదలై, క్షణాల్లో ఒక మహా సూర్యుడు ఉదయించినట్టుగా ఆ ప్రాంతమంతా వెలుగుతో నిండిపోయింది.

వంశీ కళ్లు మూసుకుని, మళ్లీ మెల్లగా తెరిచి చూశాడు. అతని ముందు ఉన్నది కేవలం ఒక గది కాదు.. అది ఒక స్వర్ణ భాండాగారం!

ఎటు చూసినా మనుషుల ఎత్తు ఉన్న బంగారు ఇటుకల కుప్పలు. వందల ఏళ్ల నాటి పురాతన నాణేలు కొండల్లా పోసి ఉన్నాయి. ఆ నాణేల మీద ఉన్న చిహ్నాలు ఈ ఊరి ప్రాచీన సామ్రాజ్యపు వైభవాన్ని చాటుతున్నాయి.

ఆ బంగారు రాశుల మధ్యలో కంకర రాయి పరిమాణంలో ఉన్న వజ్రాలు, కెంపులు, పచ్చలు.. ఒకేసారి కోటి నక్షత్రాలు నేల మీద రాలినట్టుగా మెరుస్తున్నాయి. వాటి నుండి వెలువడుతున్న నీలం, ఎరుపు, ఆకుపచ్చ రంగుల కాంతి కిరణాలు గుడి గోడల మీద వింతైన ఆకృతులను సృష్టిస్తున్నాయి.

మధ్యలో ఒక ఎత్తైన వేదిక మీద, స్వచ్ఛమైన బంగారంతో చేసిన ఒక మహా కిరీటం ఉంది. అది ఈ ఊరి గ్రామదేవతది. దాని చుట్టూ ఉన్న నెక్లెస్‌లు, హారాలు.. చూస్తుంటే అవి మనుషులు చేసినవి కావు, దైవశక్తే స్వయంగా చెక్కిన శిల్పాల్లా ఉన్నాయి.

అఖిల్ టెక్నాలజీలో కనిపించిన ఆ వింత కాంతి ఇప్పుడు వంశీకి కళ్లకు కట్టినట్టు కనిపిస్తోంది. ఆ గోడల సందుల నుండి ఒక రకమైన ఊదా రంగు కాంతి వెలువడుతోంది. అది ఈ భూమి మీద దొరికే అతి అరుదైన ఖనిజం.. అదే ఈ ఊరికి అసలైన రక్షణ కవచం!

వంశీకి శ్వాస ఆగిపోయినంత పనైంది. "అమ్మా.. ఇదా.. ఇన్నాళ్లూ ఈ ఊరు దాచుకున్న రహస్యం ఇదా?" అని వణుకుతున్న గొంతుతో అడిగాడు.

ఆ చిన్నారి మాయ వంశీ వైపు నడిచి వచ్చింది. ఆమె నడుస్తుంటే గజ్జెల శబ్దం ఆ బంగారు నాణేల మీద ప్రతిధ్వనిస్తోంది. "చూడు వంశీ! ఇది ప్రపంచం ఆశపడే సంపద. కానీ అమ్మవారి

దృష్టిలో ఇది కేవలం మట్టి. అశోక్ కళ్లకు ఇది ప్రాణం తీసే విషంలా కనిపించింది, అందుకే వాడికి ఈ వెలుగు దక్కలేదు. నీ కళ్లకు ఇది ఈ ఊరి గౌరవంలా కనిపిస్తోంది, అందుకే అమ్మ నీకు దీన్ని చూపించింది."

వంశీ ఆ నిధిని తాకడానికి కూడా సాహసించలేదు. "అమ్మా.. ఇంత సంపద ఉంటే ఈ ఊరు ఎందుకు ఇంత పేదరికంలో ఉంది? ఎందుకు ఆకలితో అలమటించింది?" అని అమాయకంగా అడిగాడు.

మాయ నవ్వింది. ఆ నవ్వులో ఒక పరమార్థం ఉంది. "వంశీ.. ఈ సంపద బయట ప్రపంచానికి తెలిస్తే, మాయాపురం ఒక యుద్ధక్షేత్రం అవుతుంది. మనుషులు ఒకరిని ఒకరు చంపుకుంటారు. ఈ నిధి ఇక్కడే, ఈ మట్టిలోనే భద్రంగా ఉండాలి. ఇది కేవలం ఆపద కాలంలో ఈ ఊరిని కాపాడటానికి అమ్మవారు దాచిన 'రక్షణ నిధి'. దీన్ని చూసే అర్హత నీకు మాత్రమే దక్కింది, ఎందుకంటే నువ్వు 'ఆశ'తో రాలేదు.. 'బాధ్యత'తో వచ్చావు!"

సరిగ్గా అప్పుడే ఆ కృష్ణ సర్పం మాయ పాదాల దగ్గరకు వచ్చి శాంతంగా పడుకుంది. వంశీకి అర్థమైంది.. తను చూస్తున్నది కేవలం బంగారం కాదు, ఒక జాతి చరిత్రను, ఒక దేవత నమ్మకాన్ని!

ఆ కాంతి నెమ్మదిగా తగ్గుతూ వచ్చింది. భూమి మళ్లీ మూసుకుపోయింది. ఆ నిధి దృశ్యం వంశీ కళ్లలో శాశ్వతంగా ముద్ర పడిపోయింది.

నిధి మాయమైన తర్వాత వంశీ విగ్రహంలా నిలబడిపోయాడు. మాయ నెమ్మదిగా వంశీ వైపు నడిచి వచ్చి, అతని నుదుటిపై తన చిన్న చేత్తో స్పృశించింది. ఆ స్పర్శ తగిలిన క్షణం వంశీ శరీరంలో ఒక్కసారిగా విద్యుత్ ప్రవహించినట్టు అనిపించింది.

"వంశీ కంగారుపడకు, ఇకపై ఈ నిధికి రక్షణ నువ్వే! అందరికీ అమ్మ మీద భయం కంటే, ఈ నిధుల పైన ఆశే ఎక్కువ ఉంది. నీకు మొదట్లో భక్తి లేదన్నావు.. సైన్స్ అన్నావు. కానీ ఆ రోజు రాత్రి వేరే వాళ్లు తవ్వడానికి వచ్చినప్పటి నుండి నీలో మార్పు వచ్చింది. నువ్వు ప్రతీరోజు గుడికి రాకపోవచ్చు.. నీలో భక్తి లేకపోవచ్చు. కానీ నీలో నమ్మకం ఉంది. భక్తి కంటే నమ్మకం అత్యంత అవసరం. పూజలు చేసేసి.. పొర్లు దండాలు పెట్టడం కంటే.. నువ్వు ఉన్నావు అని నమ్మితే.. అమ్మ ఎక్కువ సంతోషిస్తుంది. భక్తి కంటే నమ్మకం అత్యంత అవసరం. ఇప్పటి వరకు ఈ గుడిని నేను రక్షిస్తూ వస్తున్నాను, ఇకపై నాకు తోడుగా నువ్వు కూడా ఉంటావుగా?" అని మాయ అడిగింది.

వంశీ అర్థం కానట్టుగా తల ఊపాడు..

'అమ్మ ఉంది' అని నువ్వు నమ్మావు చూడు.. ఆ నమ్మకమే నీకు ఈ నిధిని చూసే అర్హతని ఇచ్చింది."అని మాయ వంశీ కళ్లలోకి చూసి చెప్పింది.

వంశీ కన్నీళ్లతో, "అమ్మా.. నేనొక చిన్న ఉద్యోగిని. ఈ రోజు ఇక్కడుంటే, రేపు ప్రభుత్వం నన్ను వేరే జిల్లాకు బదిలీ చేస్తుంది. ఈ మహా నిధిని, ఈ చరిత్రను కాపాడే శక్తి నాకెక్కడిది?" అని దీనంగా ప్రశ్నించాడు.

అప్పుడు.. ఆ చిన్నారి మాయ రూపం వెనుక నుండి ఒక అనంతమైన కాంతి పుట్టుకొచ్చింది. ఆ కాంతిలో నుండి ఒక గంభీరమైన, విశ్వాన్ని వణికించే దైవిక స్వరం వినిపించింది. అది సాక్షాత్తూ మాయాపురం గ్రామ దేవత గొంతు! ఆ స్వరం వినగానే కొండలోని రాళ్లు కూడా ప్రతిధ్వనించాయి. గుడిలో గంటలు ఒక్కసారిగా మోగడం ప్రారంభమైంది. ఆరిపోయిన దీపాలు కూడా వెలుగుతూ గుడిని దేదీప్యమానంగా చేశాయి.

"నిన్ను ఎంచుకున్నది నేను.. నిన్ను నడిపిస్తున్నది నేను! ఈ మాయాపురపు మట్టిని దాటి నువ్వు వెళ్లలేవు.. నిన్ను నేను వెళ్లనివ్వను!"

ఆ గొంతులో ఉన్న ఆజ్ఞ, ప్రేమ వంశీని ఉక్కిరిబిక్కిరి చేశాయి.

"ప్రభుత్వాలు ఉత్తర్వులు ఇస్తాయి.. కానీ శాసనాలు చేసేది నేను! నీ బదిలీ, నీ ఉద్యోగం, నీ జీవితం.. అంతా నా గర్భంలోనే.

నా గుడికి నువ్వు రక్షణగా ఉంటే, నీకు రక్షణగా నేను ఉంటాను. ఈ రోజు నుండి ఈ ఊరి అస్తిత్వం నీ శ్వాస.. ఈ నిధి రక్షణ నీ ధర్మం! నువ్వు సామాన్యుడివి కావు వంశీ.. మాయాపురపు రక్షకుడివి!"

ఆ మాటలు వింటుంటే వంశీకి ఎప్పుడూ అనుభూతి చెందని పారవశ్యం కలిగింది. అమ్మవారు తనని గుర్తించిందని, తనకి ఒక ఉన్నతమైన లక్ష్యాన్ని ఇచ్చిందని తెలిసి వంశీ కళ్ళలో ధారలుగా కన్నీళ్లు కారుతున్నాయి. "అమ్మా!" అంటూ గట్టిగా కేక వేసి, ఆ దివ్య తేజస్సు ముందు సాష్టాంగ నమస్కారం చేస్తూ అక్కడే కుప్పకూలిపోయాడు.

మరుక్షణమే.. ఆ పాము గాలిలో కలిసిపోయింది. ఆ స్వర్ణ కాంతి క్రమంగా మాయమైంది. మాయ కూడా వెన్నెల వెలుగులో కరిగిపోయింది. కొండపై మళ్లీ ప్రాచీన నిశ్శబ్దం ఆవరించింది.

కాసేపటికి వంశీ కళ్లు తెరిచి చూశాడు. అక్కడ ఏ నిధి లేదు.. ఏ వెలుగు లేదు. కానీ అతని గుండెల్లో మాత్రం ఒక తరిగిపోని ధైర్యం, కళ్లలో ఒక వింతైన కాంతి మిగిలిపోయాయి.

వంశీకి ఇప్పుడు అర్థమైంది.. ఈ ఊరికి 'మాయాపురం' అనే పేరు ఎందుకు వచ్చిందో! అమ్మవారు ఇక్కడ మనుషులను భౌతికంగా చంపదు, తన నిధిని కాపాడటానికి వారిలో ఉన్న స్వార్థాన్ని, చెడు ఆలోచనలను 'మాయం' చేస్తుంది. వినని వారిని

లోకానికి కనిపించకుండా తన మాయాలోకంలోకి తీసుకెళ్లిపోతుంది.

వంశీ చిరునవ్వుతో ఆ పాత గుడి వైపు చూశాడు. అక్కడ కొండ మీద గాలిలో మళ్లీ ఆ గజ్జెల శబ్దం వినిపించింది. అది ఒక హెచ్చరిక కాదు.. ఒక అభయం! మాయాపురం రహస్యం ఒక నమ్మకమై వంశీ గుండెల్లో చిరస్థాయిగా నిలిచిపోయింది.

CHAPTER NINE

మాయాపురం ఇచ్చిన కానుక

జాతర ముగిసినా మాయాపురం వీధులు ఆ మత్తులోనే ఉన్నాయి. ఎక్కడ చూసినా వేపాకులు, మామిడాకుల తోరణాలు, ముగ్గుల రంగులు ఇంకా చెదిరిపోలేదు. పంచాయితీ ఆఫీస్‌లో కూర్చున్నా.. వంశీ రాత్రి ఆ పాత గుడిలో తాను చూసిన ఆ 'స్వర్ణ మాయ'ను, అమ్మవారి గంభీరమైన హెచ్చరికను మనసులోనే నెమరువేసుకుంటున్నాడు. అంతలోనే ఆఫీసు మెట్ల మీద చప్పుడయ్యింది.

తెల్లటి కాటన్ పంచె, కండువా, నుదుట నిండుగా విభూతి రేఖలతో ఆధ్యాత్మిక తేజస్సు ఉన్న వ్యక్తిలా పరమేశం కనిపించారు. పరమేశాన్ని చూసి గ్రామస్తులు నమస్తే ప్రెసిడెంట్‌గారూ అంటూ పలకరిస్తున్నారు. అందరినీ చూసి.. ఒక

చిరునవ్వుతో ప్రతినమస్కారం చేస్తూ పరమేశం పంచాయితీలోకి అడుగుపెట్టారు.

సేరుగా తన గదిలోకి వెళ్ళిపోకుండా.. పరమేశం వంశీ కూర్చున్న టేబుల్ దగ్గరకు వచ్చారు. వంశీ ఒక్కసారిగా షాక్ అయ్యాడు. "ప్రెసిడెంట్ గారూ! మీరా?" అంటూ వెంటనే కుర్చీలో నుండి లేచి నిలబడ్డాడు. తన దగ్గరకు వచ్చిన పెద్దాయనకు గౌరవంగా రెండు చేతులు జోడించి నమస్కరించాడు. వంశీకి ఉన్న ఆ సంస్కారం పరమేశం ముఖంలో చిరునవ్వును నింపింది.

"కూర్చో బాబూ కూర్చో.. నేనేదో పని మీద వచ్చి.. మిమ్మల్ని చూసి వెళ్దామని ఇలా వచ్చాను. ఇన్నేళ్ల ఊరి చరిత్రలో జాతర ఇంత ప్రశాంతంగా, ఇంత ఘనంగా జరగడం నేను చూడలేదు. ఇదంతా నీ వల్లే సాధ్యమైంది" అని వంశీ భుజం తట్టారు పరమేశం.

వంశీ వినయంగా, "లేదండీ.. అంతా ఆ అమ్మవారి దయ. ఊరిని కాపాడిన ఆ తల్లికి మనం ఏం చేసినా తక్కువే. సార్.. మీతో కొంచెం ముఖ్యమైన విషయం మాట్లాడాలి" అన్నాడు.

"మాట్లాడుకుందాం బాబూ.. కానీ ఇక్కడ కాదు. ఈ రోజు మధ్యాహ్నం మా ఇంటికి రావాలి. అమ్మవారికి నైవేద్యం పెట్టుకున్నాం.. భోజనం చేస్తూ తీరికగా మాట్లాడుకుందాం," అని పరమేశం ఆత్మీయంగా ఆహ్వానించి వెళ్లిపోయారు.

పరమేశం ఈ ఊరికి ప్రెసిడెంట్ మాత్రమే కాదు, ఒక ఆధ్యాత్మిక వేత్త కూడా. గ్రామసభలో అఖిల్ వచ్చినా.. ప్రసన్నవదనంతోనే ఉన్నారు.

తప్వేందుకు భారీ యంత్రాలు వచ్చినా పరమేశం అక్కడ అలానే నిలబడి.. "అంతా అమ్మే చూసుకుంటుంది" అనే అనుకున్నారు.

తాను ఊరి ప్రెసిడెంట్ అయినప్పటికీ.. అధికారం ఉన్నా.. నిధి కోసం వచ్చి గ్రామాన్ని నాశనం చేయాలని చూసిన అఖిల్‌ను ఎక్కడా కించపరచలేదు.

మధ్యాహ్నపు ఎండ మాయాపురపు వీధుల్లో పరుచుకుంది. వంశీ ప్రెసిడెంట్ ఇంటికి నడుచుకుంటూ వెళ్తుంటే, వాతావరణంలో ఒక వింతైన మార్పు కనిపించింది. నిన్నటి వరకు ఆఫీసు పని మీద పలకరించిన గ్రామస్తులు, ఇప్పుడు ఆత్మీయంగా ఎదురొచ్చి మరీ పలకరిస్తున్నారు. "బాగున్నారా సెక్రటరీ గారు? భోజనానికా.. వెళ్లండి వెళ్లండి!" అని ఎదురొచ్చి మరీ మాట్లాడుతున్నారు. అమ్మవారి జాతర ఈ ఊరిని, తన పట్ల వారి చూపును ఎంతలా మార్చేసిందో వంశీకి అర్థమైంది.

వంశీ ప్రెసిడెంట్ ఇంటికి చేరుకోగానే, పరమేశం స్వయంగా వీధి అరుగు మీది నుండి లేచి వచ్చి, "రండి బాబూ.. రండి!" అంటూ సాదరంగా ఆహ్వానించారు. గుమ్మం దగ్గర రాగి చెంబుతో

నీళ్లు అందిస్తూ, "ముందు కాళ్లు కడుక్కోండి బాబూ.. ఎండలో నడుచుకుంటూ వచ్చారు" అన్నారు. వంశీ వారించినా వినకుండా, పరమేశం తన భార్యను పిలిచి టవల్ తీసుకురమ్మన్నారు. ఒక ఊరి ప్రెసిడెంట్ అయి ఉండి, తన కోసం ఇంతలా తపన పడటం వంశీని ఉక్కిరిబిక్కిరి చేసింది.

కాళ్లు కడుక్కుని లోపలికి అడుగుపెడుతూ, వంశీ వినయంగా "సార్.. మీతో మాట్లాడాలి" అన్నాడు.

దానికి పరమేశం ఆత్మీయంగా నవ్వి, "అయ్యో.. నేను సర్ ఏంటండి బాబూ? చదువుకున్న మీరు, వివేకం ఉన్న మీరు నన్ను సర్ అనడం అంతగా బాలేదు. మీరు ఈ ఊరిని వెలిగించిన దీపం. అలవాటులో భాగంగానే 'ప్రెసిడెంట్ గారు' అని పిలిచేయండి చాలు" అని భుజం తట్టారు.

ఆ ఇంటి గడప తొక్కగానే వంశీకి ఒక రకమైన పాజిటివ్ ఎనర్జీ కలిగింది. అది ఆధునికమైన భవనం కాదు.. వందల ఏళ్ల నాటి పాత పెంకుటిల్లు.

ఎత్తైన చెక్క దూలాలు, మధ్యలో ఆకాశం కనిపించేలా ఉన్న మండువా వాకిలి వంశీని ఆకట్టుకున్నాయి. మట్టి గోడల మీద సున్నపు పూత, నేలంతా పేడతో అలికిన పచ్చని కళ్ళాపి వాసన అతనికి ఎప్పుడో కోల్పోయిన తన సొంత ఇంటిని గుర్తు చేశాయి.

గోడలకు వేలాడుతున్న పాతకాలపు ఫోటోలు.. నల్లని ఫ్రేముల్లో ఉన్న పరమేశం తాతముత్తాతల చిత్రాలు, ఒక మూల ఉన్న పాత ఉయ్యాల.. ఇవన్నీ చూస్తుంటే వంశీకి ఏదో తెలియని ప్రశాంతత కలిగింది. అతనికి తన చిన్నతనంలో నాన్నతో కలిసి గడిపిన కొన్ని మధురమైన క్షణాలు కళ్లముందు కదలాడాయి. ఆ ఇంటి వాసన, ఆ చల్లదనం అతనికి ఆ కుటుంబం మీద ఒక తెలియని నమ్మకాన్ని, భద్రతా భావాన్ని కలిగించాయి.

వంశీ మనసులో అనుకున్నాడు.. "బయట ప్రపంచంలో ఎన్ని సంపదలు ఉన్నా, ఈ గడపలో ఉన్న ప్రశాంతత ఎక్కడా దొరకదు."

పరమేశం వంశీని లోపలికి తీసుకెళ్తూ, "ఏంటి బాబూ.. అలా చూస్తున్నారు? ఇల్లు పాతదైనా, మనుషులు మాత్రం కొత్తగా ఉండాలని మా అమ్మ చెప్పేది. రండి కూర్చోండి" అని అక్కడ ఉన్న పాతకాలపు మడత కుర్చీ చూపించారు.

వంశీ అక్కడ కూర్చుని, ఆ ఇంటి వాతావరణాన్ని ఆస్వాదిస్తూ.. తను ఇక్కడికి వచ్చిన పని గుడిని చారిత్రక కట్టడంగా మార్చడం ఎలా మొదలుపెట్టాలో ఆలోచించసాగాడు.

ఇంతలో పరమేశం తెచ్చిన మంచినీళ్ల గ్లాసు అందుకుని ఒక్క గుక్క తాగి, గొంతు సవరించుకుని నేరుగా విషయంలోకి వచ్చాడు.

"ప్రెసిడెంట్ గారు.. ఆ పాత గుడి గురించి మీతో ఒకటి మాట్లాడాలి. ఈ ఊరికి వచ్చిన కొత్తలో నాకు అది కేవలం ఒక శిథిలమైన కట్టడంలా అనిపించింది. కానీ ఇప్పుడు అర్థమవుతోంది.. అది ఈ ఊరి గుండెకాయ అని."

పరమేశం ముఖంలో ఒక్కసారిగా గంభీరత చోటు చేసుకుంది. ఆయన పక్కనే ఉన్న చెక్క కుర్చీని వంశీ దగ్గరకు లాక్కుని కూర్చున్నారు. ఆయన కళ్లలో వందల ఏళ్ల చరిత్ర నీడలా కదిలింది.

"అవును బాబూ.. ఆ గుడి గురించి అందరికీ తెలిసింది దాని లోపల ఉన్న మాయ మాత్రమే. కానీ మాకు తెలిసింది అమ్మవారి మహిమ. నిధుల కోసం ఆశపడి ఆ గడప తొక్కిన వాడు ఎవడూ తిరిగి రాలేదు. ఇప్పటి వరకు ఆ గుడిని మేం ఒక భయంతో కాపాడుకుంటూ వచ్చాం.. కానీ నువ్వు వచ్చాక అది భక్తిగా మారింది. ఇన్నాళ్లకు ఈ ఊర్లో జాతర జరిగిందంటే.. అది నువ్వు తీసుకున్న చొరవే బాబూ."

వంశీ దీర్ఘంగా శ్వాస తీసుకున్నాడు. "అందుకే అంటున్నాను ప్రెసిడెంట్ గారు.. మనం ఆ గుడిని శాశ్వతంగా రక్షించుకోవాలి. రేపు నాకు బదిలీ అయిపోయినా, లేదా నా తర్వాత వచ్చే అధికారులు స్వార్థపరులైనా.. ఆ గుడి జోలికి ఎవరూ రాకూడదు. అందుకే ఆ ప్రాంతాన్ని చారిత్రక వారసత్వ కట్టడంగా గుర్తిస్తూ

తీర్మానం చేద్దాం. ఆ పత్రాలు గానీ ఒక్కసారి ప్రభుత్వం దగ్గరకు వెళ్తే.. ఇక ఎవరూ దాన్ని తప్పలేరు, పాడు చేయలేరు. దీనికి మీ అనుమతి కావాలి."

పరమేశం ఒక్క క్షణం మౌనంగా ఉండి, వంశీ చేతి మీద చేయి వేశారు. ఆయన కళ్లలో ఒక వింతైన మెరుపు మెరిసింది. "నేనెవరు బాబూ అనుమతి ఇవ్వడానికి? అది అమ్మ సొత్తు.. అమ్మే అనుమతి ఇవ్వాలి!"

ఆవేశంలో వంశీ నోటి నుండి అసలు నిజం బయటకు వచ్చేసింది.. "అమ్మ పర్మిషన్ ఇచ్చేసింది ప్రెసిడెంట్ గారు!"

పరమేశం ఒక్కసారిగా నిర్ఘాంతపోయారు. వంశీకి తన తప్పు వెంటనే అర్థమైంది. ఆ రోజు రాత్రి గుడిలో అమ్మవారితో జరిగిన సంభాషణ బయట పెట్టకూడదని తెలుసు. వెంటనే గొంతు మార్చి కవర్ చేస్తూ.. "అంటే.. మనం చేస్తున్నది మంచి పని కోసం కదా.. మంచి పనికి అమ్మ ఎప్పుడూ కాదనదు కదా, ఆ ఉద్దేశంతో అన్నాను" అని నవ్వేశాడు.

పరమేశం వంశీని ఎగాదిగా చూశారు. ఆయన నమ్మకం మరింత బలపడింది. "నువ్వు ఏదో ఉద్దేశంతోనే అన్నావు బాబూ.. నీ మాట తీరు చూస్తుంటే నువ్వు కేవలం ఒక ఆఫీసర్‌వి మాత్రమే కాదు, ఆ తల్లి పంపిన మనిషివని నా మనసు చెబుతోంది. అయినా నిన్ను ఈ ఊరు వదిలి వెళ్లనిస్తుందని

నువ్వు అనుకుంటున్నావా?" అని ఆయన గూడార్థంతో నవ్వారు.

"ప్రభుత్వ ఉద్యోగిని అండి.. ఎప్పుడు ఎక్కడికి ఆర్డర్స్ వస్తాయో నాకేం తెలుసు?" అని వంశీ ఏదో చెప్పబోతుండగా..

లోపలి నుండి పరమేశం భార్య పిలుపు వినిపించింది.. "భోజనాలు సిద్ధం అండీ.. వంశీ బాబుని తీసుకుని లోపలికి రండి."

పరమేశం లేచి నిలబడి, "పద బాబూ.. తింటూ మాట్లాడుకుందాం. కొన్ని బంధాలు ప్రభుత్వ ఆర్డర్స్ కంటే బలమైనవి. అవి ఏంటో నీకు త్వరలోనే అర్థమవుతుంది" అని రహస్యంగా కన్ను గీటారు.

అరటి ఆకులు వేసి, రకరకాల వంటకాలతో భోజనం సిద్ధంగా ఉంది. వంశీ ఆకు ముందు కూర్చోగానే, లోపలి నుండి ఒక యువతి చేతిలో గిన్నెతో బయటకు వచ్చింది.

ఆమె స్వప్న! పసుపు రంగు పట్టు చీర, చిన్నపాటి నవ్వుతో ఆమె ముఖం కళకళలాడుతోంది. బి.టెక్ చదివినా పెద్దల పట్ల ఉన్న వినయం ఆమె నడకలో కనిపిస్తోంది.

"పర్లేదు రామ్మా, నువ్వు కూడా కూర్చుని తిందువు గానీ" అని పరమేశం పిలిచారు.

స్వప్న సుతారంగా నవ్వి, "పర్లేదు నాన్న, మీరు మొదలుపెట్టండి.. నేను వడ్డిస్తాను" అంటూ వంశీ ఆకులో పప్పు వడ్డించి, చటుక్కున లోపలికి వెళ్లిపోయింది.

వంశీ ఆ అమ్మాయిని చూసి ఒక క్షణం ఆశ్చర్యపోయాడు. ఈ కాలంలో ఇంతలా పద్ధతిగా ఉండే అమ్మాయిలు అరుదు. పరమేశం వంశీ వైపు గర్వంగా చూస్తూ, "బాబూ.. తను మా అమ్మాయి స్వప్న. బి.టెక్ ఫస్ట్ క్లాస్‌లో పాస్ అయ్యింది. హైదరాబాద్‌లో మంచి కంపెనీల్లో జాబ్స్ వచ్చాయి. కానీ, 'నాకు పట్టణాల ఉరుకులు పరుగులు వద్దు నాన్న, ఉన్న ఊర్లోనే ఉండి నా వాళ్లకు ఏదైనా చేస్తాను' అని ఇక్కడే ఉండిపోయింది. చదువుకుంది కానీ, ఈ ఊరి మట్టి అన్నా, అమ్మవారన్నా తనకి చాలా ప్రాణం" అని కూతురిని పరిచయం చేశారు.

స్వప్న మళ్ళీ కూర గిన్నెతో బయటకు వచ్చింది. ఆ సమయంలో వంశీ ఆమె వైపు చూసి చిన్నగా నవ్వాడు. స్వప్న కూడా అతనికి ఒక నిశ్శబ్దమైన నవ్వును బదులిచ్చింది. ఇద్దరి కళ్ళలో ఒక తెలియని సాన్నిహిత్యం మెరిసింది. వారిద్దరి మధ్య జరిగిన ఆ చిన్నపాటి సంభాషణను గమనిస్తున్న పరమేశం మనసులో ఒక రకమైన సంతృప్తి కలిగింది.

"స్వప్న, నువ్వు కూడా కూర్చోమ్మా.. వడ్డించడం అయిపోయింది కదా" అని ప్రెసిడెంట్ భార్య పిలవడంతో, స్వప్న

వంశీకి కొంచెం దూరంలో కూర్చుని భోజనం చేయడం మొదలుపెట్టింది. ఆ సమయంలో వంశీకి ఒక విషయం అర్థమైంది.. స్వప్న కేవలం చదువుకున్న అమ్మాయి మాత్రమే కాదు, తనలాగే మాయాపురపు ఆత్మను అర్థం చేసుకున్న వ్యక్తి అని.

భోజనం పూర్తయ్యాక, వంశీ పరమేశం బయట వసారాలో ఉన్న పాత కాలపు చెక్క అరుగు మీద కూర్చున్నారు. చుట్టూ కొబ్బరి చెట్లు గాలికి ఊగుతున్నాయి. ఆ ప్రశాంతమైన వాతావరణంలో పరమేశం గొంతు సవరించుకుని, వంశీ మనసులోకి తొంగి చూస్తున్నట్టుగా మాట మొదలుపెట్టారు.

చుట్టూ ఉన్న ప్రశాంతతను చీలుస్తూ పరమేశం గొంతు సవరించుకుని చాలా నెమ్మదిగా మాట మొదలుపెట్టారు.

"బాబూ.. ఒక విషయం అడుగుతాను, ఇంటికి భోజనానికి పిలిచి ఇలా అడిగానని తప్పుగా అనుకోకు. మా స్వప్నను చూశావు కదా.. తన గురించి నీ అభిప్రాయం ఏంటి?" అని సూటిగా అడిగేశారు.

వంశీ ఒక్కసారిగా షాక్ అయ్యాడు. భోజనం తిన్న తర్వాత కిళ్లీ వేసుకున్న వాడు కాస్త తడబడ్డాడు. కళ్లలో నీళ్లు తిరగడంతో దగ్గు వచ్చింది. "అదేంటండి ప్రెసిడెంట్ గారు.. అంత పెద్ద మాట అడిగారు?" అన్నాడు ఆశ్చర్యంగా.

పరమేశం నవ్వి, "పెద్ద మాట కాదు బాబూ.. మనసులో మాట. నువ్వు ఇక్కడికి వచ్చినప్పటి నుంచి నిన్ను గమనిస్తున్నాను. ఈ రోజుల్లో నీలాంటి నిజాయితీ, సంస్కారం ఉన్న కుర్రాడిని చూడటం కష్టం. అందుకే.. మా అమ్మాయిని నీకు ఇచ్చి పెళ్లి చేయాలనుకుంటున్నాను. మీ ఇంట్లో పెద్దలకి ఈ విషయం చెబితే ఏమంటారు? వాళ్ల అభిప్రాయం ఏంటి?" అని ఆశగా అడిగారు.

ఒక్కసారిగా వంశీ ముఖంలో వెలుగు తగ్గిపోయింది. చూపు నేల వైపు తిప్పుకున్నాడు. చుట్టూ ఉన్న ఆ పచ్చని వాతావరణం అతనికి తన చీకటి గతాన్ని గుర్తు చేసింది. కాసేపు మౌనంగా ఉండి, "నాకు ఎవరూ లేరండి ప్రెసిడెంట్ గారు.. నా తరపున మాట్లాడటానికి పెద్దలెవరూ లేరు" అన్నాడు గద్గద స్వరంతో.

పరమేశం ముఖంలో ప్రశ్నార్థకం కనిపించింది. వంశీ కొనసాగించాడు.. "నేను ఒక అనాథని సార్. నా చిన్నప్పుడే మా పేరెంట్స్ చనిపోయారు. చదువు, ఉద్యోగం అంతా ఒంటరిగా కష్టపడి సంపాదించుకున్నవే."

పరమేశం ఒక్క క్షణం నిశ్చబ్దమైపోయాడు. వంశీ కళ్లలో కన్నీళ్లు సుడులు తిరుగుతున్నాయి. "నాకు పదేళ్ల వయసున్నప్పుడు.. మా నాన్న పని చేసే ఫ్యాక్టరీలో పెద్ద ప్రమాదం జరిగింది. ఆ ప్రమాదంలో నాన్న చనిపోయారు. ఆ షాక్

తట్టుకోలేక అమ్మ కూడా మమ్మల్ని వదిలేసి వెళ్ళిపోయింది. నాకంటే చిన్నదైన నా చెల్లిని బంధువులు ఎవరో తీసుకెళ్ళిపోయారు.. ఆ తర్వాత తనూ నాకు ఎప్పుడూ కనిపించలేదు. నన్ను మాత్రం ఒక అనాథాశ్రమంలో వదిలేశారు."

వంశీ గొంతు వణికింది. "అక్కడ పాత బట్టలు కట్టుకుని, పూటకో ముద్ద తింటూ.. ఏడుస్తూ గడిపిన రాత్రులు ఎన్నో. ఎవరూ లేని నాకు ఈ చదువే తోడు అనుకున్నాను. అనాథాశ్రమంలో సగం పూట పని చేస్తూ, మిగిలిన సగం పూట లైబ్రరీలో కూర్చుని చదువుకున్నాను. అలా కష్టపడి ఈ ప్రభుత్వ ఉద్యోగం తెచ్చుకున్నాను. నాకంటూ ఒక సొంత ఇల్లు లేదు.. చెప్పుకోవడానికి కులం, గోత్రం అస్సలు లేవు. కేవలం వంశీ అనే పేరు తప్ప.. నా వెనుక ఏ గుర్తింపు లేదు సార్. ఇలాంటి అనాథను మీ ఇంటికి అల్లుడిగా ఎలా కోరుకుంటున్నారు?"

వంశీ మాటలు వింటుంటే లోపల గుమ్మం చాటున ఉన్న స్వప్న కళ్లు చెమర్చాయి. ఆమె వంశీ వైపు ఒక వింతైన ఆత్మీయతతో చూసింది.

తాను అనాథ అని విన్న ఎవరైనా సానుభూతి చూపిస్తారు లేదా వెనుకంజ వేస్తారు. కానీ పరమేశం మాత్రం వంశీని అక్కున చేర్చుకున్నారు.

పరమేశం ఆత్మీయంగా నవ్వి, వంశీ చేతిని గట్టిగా నొక్కి పట్టారు. "ఆస్తి అంటే పొలాలు, డబ్బు కాదు బాబూ.. వ్యక్తిత్వం! నిన్ను ఈ ఊరు వచ్చినప్పటి నుంచి గమనిస్తున్నాను. మైనింగ్ పేరిట ఊరిని విచ్ఛిన్నం చేయాలని చూసిన వారిని అడ్డుకున్నప్పుడు నీలో ధైర్యాన్ని చూశాను. జాతర కోసం నిద్రలేని రాత్రులు గడిపినప్పుడు నీలో బాధ్యతను చూశాను. ఊరంతా నిన్ను ఒక అధికారిలా కాదు, తమ కష్టసుఖాలు తీర్చే సొంత మనిషిలా చూస్తోంది. నిన్ను అల్లుడిగా కాదు, నా ఇంటికి కొడుకుగా ఆహ్వానిస్తున్నాను బాబూ."

ఇదంతా లోపలి నుండి వింటున్న స్వప్న కళ్ళలో ఆనంద బాష్పాలు తిరిగాయి.

వంశీకి గొంతు మూగబోయింది. కొంత కాలం క్రితం ఒక పరాయివాడిగా, కేవలం ఒక ఆఫీసర్‌గా ఈ ఊళ్లో అడుగుపెట్టిన తనకి, ఇప్పుడు ఒక తండ్రి దొరికాడు, ఒక ఇల్లు దొరికింది. ఇదంతా ఒక కలలా ఉంది. " నేను ఆలోచించుకుని చెప్తాను సర్" అని వంశీ పరమేశం ఇంటి నుండి బయటకు వచ్చి వీధిలో నడుస్తుంటే, అతని మనసు పరిపరి విధాలా ఆలోచించసాగింది. కళ్లముందు తాను ఈ ఊరికి వచ్చినప్పటి నుంచి జరిగిన సంఘటనలు సినిమా రీలులా తిరగసాగాయి.

"నేను అనాథనని తెలిసినా.. తనకున్న అపారమైన ఆస్తిని, ప్రాణం కంటే మిన్నగా చూసుకునే కూతురిని నాకు ఇచ్చి పెళ్లి చేస్తానంటున్నారా?"

"ఇప్పటి వరకు ఎవరూ నన్ను ఇలా ఇంటికి పిలిచి ఆత్మీయంగా భోజనం పెట్టలేదు. నా గతంలోని చీకటిని చూసి భయపడకుండా, నా కష్టాన్ని గౌరవించిన ఈ ఊరి ప్రేమను నేనేం ఇచ్చి తీర్చుకోగలను?"

దారిలో కనిపిస్తున్న ప్రతి ఒక్కరూ అతన్ని ఆప్యాయంగా పలకరిస్తున్నారు. ఎవరో ఒక పెద్దావిడ "నాయనా సెక్రటరీ గారు.. చల్లగా ఉండండి" అని దీవించి వెళ్తుంటే వంశీకి కళ్లలో నీళ్లు తిరిగాయి.

"అమ్మవారు నిన్న రాత్రి చెప్పిన మాటకు అర్థం ఇదేనా? ఈ ఊరిని రక్షించే బాధ్యత నాకు అప్పగించింది అందుకేనా? ఈ ఊళ్లో నాకు ఒక గూడు ఇస్తేనే కదా నేను ఇక్కడ నిలబడగలను!" అని వంశీ తనలో తాను తర్కించుకున్నాడు.

ఒకవైపు స్వప్న లాంటి గుణవంతురాలు, మరోవైపు పరమేశం లాంటి తండ్రి సమానుడైన వ్యక్తి.. అంతకు మించి అనాథనైన తనకి ఇన్ని వందల మందిని కుటుంబ సభ్యులుగా ఇచ్చే అవకాశం. కానీ, తన అనాథరికం స్వప్న భవిష్యత్తుకు

ఏమైనా పెలితిగా మారుతుందా? అనే ఒక చిన్న భయం అతన్ని మధనపెడుతోంది.

పరమేశం చెప్పిన మాటలు అతని చెవుల్లో మారుమోగుతున్నాయి.. "ఈ ఊరే నీది బాబూ.. ప్రతీ ఇల్లు నీదే!"

తన జీవితంలో మొదటిసారి ఒక వ్యక్తిత్వం గల మనిషిగా గుర్తింపు పొందుతున్న క్షణాలవి. ఆ ఆలోచనలతోనే వంశీ తన రూమ్‌కి బయల్దేరాడు. సరిగ్గా అప్పుడే గాలిలో మళ్ళీ అదే సుపరిచితమైన సువాసన.. దేవి వస్తోంది!

దేవి కళ్లలో ఆ చిన్న పాప చూసినట్టే ఒక వెలుగు ఉంది. "ఏంటి కొత్త పెళ్లికొడుకా.. అప్పుడే కట్నకానుకలు మాట్లాడుకున్నారా?" అని నవ్వింది.

"దేవి! నీకు ఎలా తెలుస్తున్నాయి ఇవన్నీ?" అని వంశీ విస్తుపోయాడు.

దేవి చిన్నగా నవ్వి.. నాకు అన్నీ తెలుస్తాయి వంశీ అని అడుగు ముందుకు వేయబోతుంది.

దేవి ఆగు నీతో మాట్లాడాలి అని వంశీ చెప్పగానే.. సరే నడుస్తూ మాట్లాడుకుందాం అని దేవి వంశీ కంటే ఒక నాలుగు అడుగులు ముందుకు ఉంది.

దేవి తన ఇంటి వైపు నడుస్తుంటే వంశీ ఆమెను అనుసరించాడు. దారి పక్కన ఉన్న పొలాల నుంచి వస్తున్న చల్లని గాలి వారిని తాకుతోంది.

"అయినా నా పెళ్లి గురించి నీకెలా తెలుసు దేవి?" అని వంశీ మళ్ళీ అడిగాడు.

దేవి ఆగి, వంశీ వైపు తిరిగి నవ్వింది. "వంశీ.. స్వప్న నాకు ప్రాణ స్నేహితురాలు. మేమిద్దరం స్కూల్ నుంచి కాలేజీ వరకు క్లాస్‌మేట్స్. ఈ ఊరి గాలిలో ఎంత స్వచ్ఛత ఉందో.. స్వప్న మనస్సు కూడా అంతే స్వచ్ఛంగా ఉంటుంది. తన గురించి ఈ ఊళ్లో నాకంటే ఎవరికీ బాగా తెలియదు. తను కేవలం అందగత్తె మాత్రమే కాదు వంశీ.. అత్యంత ధైర్యవంతురాలు కూడా."

నడుస్తూనే దేవి పాత జ్ఞాపకాలను నెమరువేసుకుంది. "కాలేజీలో ఉన్నప్పుడు తన వెనుక పడని కుర్రాడు లేడు. చాలా మంది తనను ప్రేమిస్తున్నామని వెంటపడేవారు. కానీ స్వప్న వాళ్లందరినీ చాలా సున్నితంగా, అంతే ఖచ్చితంగా తిరస్కరించేది. నా మనసుకు నచ్చిన వాడు, నా మాయాపురపు మట్టిని గౌరవించే వాడు రావాలి అనేదే తన మాట. తను నీ గురించి నాకు చాలాసార్లు చెప్పింది వంశీ. నువ్వు ఆఫీసులో పని చేసే తీరు, ఎవరి దగ్గరా ఆశించని నీ నిజాయితీ.. ఇవన్నీ తను దూరం నుంచే గమనించింది."

వంశీ ఆశ్చర్యంగా వింటుండగా దేవి అసలు విషయం చెప్పింది.

"నీకు తెలుసా వంశీ.. ఏడాది కిందట స్వప్నకి ఒక పెద్ద సంబంధం వచ్చింది. అబ్బాయి చాలా ఆస్తివంతుడు, తండ్రి పెద్ద పొలిటికల్ లీడర్. అబ్బాయికి ఎలాంటి చెడు అలవాట్లు లేవు, చూడటానికి రాజకుమారుడిలా ఉండేవాడు. పెళ్లి చూపులు పూర్తయ్యాయి, ఇద్దరూ మంచి జంట అని ఊరంతా అనుకుంది. నిశ్చితార్థం దాకా వెళ్ళిన ఆ సంబంధం.. ఆఖరి నిమిషంలో ఎవరూ ఊహించని విధంగా ఆగిపోయింది. ఆ అబ్బాయికి ఏదో చిన్న ఆరోగ్య సమస్య ఉందని తెలియడమో లేదా మరేదో కారణమో.. మొత్తానికి ఆ సంబంధం తప్పిపోయింది."

వంశీ ఆగిపోయాడు. "నిశ్చితార్థం దాకా వచ్చి ఆగిపోయిందా?"

"అవును వంశీ! పరమేశం గారి భార్య చాలా ఏడ్చారు. మంచి సంబంధం చెడిపోయిందని బాధపడ్డారు. నిశ్చితార్థం వరకు వచ్చిన పెళ్లి ఆగిపోయినా పరమేశం గారు మాత్రం ఎక్కడా బాధపడలేదు. 'నా కూతురి నుదుట ఏం రాసి ఉందో ఆ అమ్మవారికే తెలుసు.. ఆ తల్లి నిర్ణయం కోసమే ఇదంతా ఆగిపోయింది' అని ఆ అమ్మకే వదిలేశారు. ఆ రోజు మాకు అర్థం కాలేదు కానీ, ఈ రోజు నువ్వు ఇక్కడ అల్లుడిగా అడుగు

పెడుతుంటే అర్థమవుతోంది.. ఆ రోజు ఆ సంబంధం ఆగిపోయింది నీ కోసం అమ్మవారు మార్గం సిద్ధం చేయడానికే అని!"

దేవి మాటలు వంశీ గుండెల్లో బలంగా నాటాయి.

"చూశావా వంశీ.. అమ్మ నీకు అప్పుడే ఒక కుటుంబాన్ని ఇచ్చేసింది. ఆ నిధికి రక్షణగా ఉండాలంటే నీకు ఒక గూడు ఉండాలి కదా.. అందుకే అమ్మ ఈ మాయ చేసింది!" అని దేవి నవ్వింది. ఆమె ఇల్లు రావడంతో, "ఆలోచించు వంశీ.. ఇది కేవలం పెళ్లి కాదు, ఒక దైవికమైన బాధ్యత" అని చెప్పి దేవి తన ఇల్లు రావడంతో లోపలికి వెళ్లిపోయింది.

వంశీ ఒంటరిగా నడుస్తూ ఆలోచనల్లో మునిగిపోయాడు. 'అమ్మా.. ఎంతటి మాయావి! అనాథనైన నాకు ఈ ఊరిని ఇల్లులా మార్చింది. ఒక పెళ్లి సంబంధం ఆగిపోవడం వెనుక ఇంతటి పరమార్థం ఉందా? ఆ రోజు ఆ సంబంధం ఆగిపోయింది.. ఈ రోజు నేను మాయాపుర రక్షకుడిగా ఇక్కడే స్థిరపడటానికేనా?' అని అతనికి అర్థమైంది.

అతని మనసులో ఇప్పుడు ఏ సంకోచం లేదు. తన గతాన్ని అంగీకరించిన పరమేశం గారి పట్ల గౌరవం, తన కోసం దేవుడు దాచిన వరంగా స్వప్న పట్ల ఆత్మీయత అతనిలో నిండాయి.

కొన్ని రోజుల తర్వాత..

ఆఫీసులో వంశీ పనిలో నిమగ్నమై ఉండగా పరమేశం పంచాయితీ ఆఫీసులోకి అడుగుపెట్టారు. పరమేశం గారిని చూడగానే వంశీ మర్యాదగా కుర్చీలో నుండి లేవబోయాడు.

"వద్దు బాబూ.. నువ్వు లేవకు, నీ పని నువ్వు కానివ్వు" అంటూ పరమేశం గారు ఆత్మీయంగా వారించారు. ఆయనే స్వయంగా వంశీ టేబుల్ ముందున్న కుర్చీ లాక్కుని కూర్చున్నారు. ఒక ఊరి ప్రెసిడెంట్ అయి ఉండి, ఒక సెక్రటరీ దగ్గర అంత నిరాడంబరంగా ఆయన కూర్చోవడం చూసి వంశీ ముచ్చటపడ్డాడు.

"సార్.. ఒక్క రెండు నిమిషాలు, ఈ డేటా ఎంట్రీ పూర్తి చేస్తాను.. తప్పుగా అనుకోకండి" అని వంశీ వినయంగా అడిగాడు. ఆ రెండు నిమిషాలు పరమేశం గారు వంశీని ఎంతో గర్వంగా చూస్తూ ఉండిపోయారు. వంశీ పని పూర్తి చేసి సిస్టమ్ లాక్ చేసి, ఒక్క నిమిషం మౌనంగా ఉండి పరమేశం గారి కళ్లలోకి చూశాడు.

"సార్.. మీరు ఆ రోజు అడిగిన విషయం గురించి ఆలోచించాను. నాకు ఎవరూ లేకపోయినా, ఈ ఊరు ఉంది అనే నమ్మకాన్ని మీరు ఇచ్చారు. కానీ, ఈ నెల నెలా వచ్చే జీతం తప్ప నా దగ్గర మరే సంపద లేదు. ఇలాంటి పరిస్థితుల్లో మీ ఇంటికి అల్లుడిగా రావడం.." అని వంశీ తల దించుకున్నాడు.

పరమేశం ముందుకు వంగి, వంశీ రెండు చేతులను తన చేతుల్లోకి తీసుకున్నారు. "బాబూ.. నీకు ఇల్లు లేదనుకుంటున్నావేమో.. ఈ మాయాపురం ఊరు నీది. ఇదే మాట నువ్వు మా ఇంటికి వచ్చినప్పుడు కూడా చెప్పాను. ఈ గ్రామ ప్రజలంతా నీ కుటుంబం. జాతరకు నువ్వు చేసిన ఏర్పాట్లు, ఆ తపన చూశాక ప్రతి ఇల్లూ నిన్ను తమ కొడుకులాగే చూస్తోంది. నువ్వు జీతం గురించి మాట్లాడుతున్నావు కానీ.. నాకు అంతా తెలుసు బాబూ. ఈ ఊర్లో ఎవరి దగ్గర నువ్వు ఒక్క రూపాయి లంచం తీసుకోలేదు సరే కదా.. కనీసం అప్లికేషన్ ఫీజు కట్టలేని నిరుపేదల కోసం నీ సొంత డబ్బులు ఖర్చు పెడుతున్నావని ఆఫీసు వాళ్లే చెప్పారు. ఊరి పెద్దగా నీకు నేను బాకీ పడ్డాను బాబూ!"

వంశీ చిన్నగా నవ్వి, "అదేంటండి ప్రెసిడెంట్ గారు.. ఈ ఊరు నాది అని మీరే అన్నారు కదా! అలాంటప్పుడు నా ఊరి వాళ్ల కోసం నేను నా సొంత డబ్బులు ఖర్చు చేస్తే తప్పేముంది?" అన్నాడు. వంశీ మాటల్లోని ఆ నిష్కల్మషమైన ప్రేమకు పరమేశం గారి కళ్లు చెమర్చాయి.

"అదే బాబూ నీ గొప్పతనం! అందుకే స్వప్నకు ఈ విషయం చెప్పినప్పుడు తను కూడా ఒక్కటే మాట అంది.. 'ఆయనకు నచ్చాలి నాన్న.. నాకేం అభ్యంతరం లేదు' అని. కాకపోతే మా

అమ్మాయికి ఈ ఊరంటే ప్రాణం.. తను మాయాపురం దాటి రానంటోంది. మరి నీకు రేపు బదిలీ అయితే ఎలా అని ఆలోచిస్తున్నావా?" అని పరమేశం గారు అడిగారు.

వంశీ నెమ్మదిగా, "అవును సార్.. రేపు నాకు ట్రాన్స్ఫర్ అయితే తను వస్తుందా.. రాదా అన్నది ఒక చిక్కుముడి కదా" అన్నాడు.

దానికి పరమేశం చాలా దృఢంగా బదులిచ్చారు. "ట్రాన్స్ఫర్ విషయం పక్కన పెట్టు బాబూ. ఒకవేళ ప్రభుత్వం నిన్ను బలవంతంగా పంపాలని చూస్తే.. ఆ ఉద్యోగాన్నే వదిలేయ్! నేనేం ఆస్తుపాస్తులు లేని వాడిని కాదు. ఈ ఊళ్లో సగానికి పైగా పొలాలు మావే. అవి నా ప్రాణం బాబూ. ఆ మట్టిని నమ్ముకుని బతికేవాడిని నేను. ఎవరికీ కౌలుకు కూడా ఇవ్వకుండా నేనే సాగు చేసుకుంటున్నాను. నాకు స్వప్న తప్ప మరెవరూ లేరు. నువ్వు మా ఇంటికి అల్లుడిగా కాదు, కొడుకుగా రా.. నాకున్న ఈ ఆస్తంతా నీదే! ఈ పొలాల బాధ్యత నువ్వు తీసుకుంటే, నాకు అంతకంటే కావాల్సింది ఏముంది? ఎలానో నేను కాలం చేసిన తర్వాతైనా ఈ ఇంటి బాధ్యతలు తీసుకోవాల్సింది నువ్వే కదా"

వంశీ నివ్వెరపోయాడు. ఒక తండ్రి తన కొడుకు మీద చూపించే అపారమైన నమ్మకం పరమేశం గారి కళ్లలో

కనిపించింది. వంశీ మనసులో ఉన్న చివరి అనుమానం కూడా పటాపంచలైపోయింది.

వంశీ నెమ్మదిగా లేచి పరమేశం గారికి నమస్కరిస్తూ.. "సరే సార్.. మీ మాటే శాసనం. నాకు ఈ పెళ్లికి అంగీకారమే. కానీ పెళ్లి పనులన్నీ మీరే చూసుకోవాలి.. నా వైపు నుండి ఎవరూ రారు కదా" అన్నాడు.

పరమేశం ఒక్కసారిగా లేచి ఆనందంతో వంశీని హత్తుకున్నారు. "అదేంటి బాబూ అలా అంటావు? అమ్మాయి తరపున నేను ఒక్కడినే ఉంటే.. నీ తరపున ఈ ఊరంతా ఉంటుంది! చూడు.. ఈ మాయాపురం మీ పెళ్లిని ఎలా జరుపుతుందో!" అంటూ ఆనంద బాష్పాలతో పంచాయితీ ఆఫీసు నుండి బయటకు వెళ్లారు.

వంశీ ఆఫీసు కిటికీ నుండి బయటకు చూశాడు. గాలిలో వెన్నెల మల్లెల సువాసన.. ఎక్కడో దూరంగా "ఘల్లు.. ఘల్లు.. " అన్న గజ్జెల సవ్వడి ఆశీర్వచనంగా వినిపించింది.

CHAPTER TEN

మహా క్షేత్రం

మాయాపురం చరిత్రలో ఒక కొత్త శకం మొదలైంది. మాయాపురానికి ఒక చారిత్రక గుర్తింపు తీసుకురావాలన్న వంశీ పట్టుదల కార్యరూపం దాల్చింది. వంశీ గుడి గురించి.. ఒక సమగ్రమైన 'టెక్నో-హిస్టారికల్ రిపోర్ట్' సిద్ధం చేశాడు. అందులో కేవలం గుడి ఫోటోలు మాత్రమే కాకుండా, ఈ క్రింది అంశాలను ప్రామాణికంగా పొందుపరిచాడు:

- ఆర్కిటెక్చరల్ యూనిక్ నెస్: శిథిలమైనా చెక్కుచెదరని ఆ రాతి కట్టడం వెనుక ఉన్న నిర్మాణ శైలిని వివరించాడు.

- ఎపిగ్రాఫిక్ ఎవిడెన్స్: ఔరంగజేబు కాలం నాటి మొఘల్ సైనికులు, బ్రిటిష్ ఆఫీసర్ రాబర్ట్ విల్సన్ పేర్లు చెక్కి ఉన్న ఆ రాతి శాసనాన్ని ఒక బలమైన చారిత్రక సాక్ష్యంగా చూపాడు.

- జీవ వైవిధ్యం: ఆ ప్రాంతంలో మాత్రమే కనిపించే అరుదైన వృక్షసంపద, అక్కడి పర్యావరణ సమతుల్యతను వివరించాడు.

వంశీ పంపిన నివేదికను పరిశీలించిన ఆర్కియాలజికల్ సర్వే ఆఫ్ ఇండియా, రాష్ట్ర సాంస్కృతిక శాఖ నుండి ఒక ఉన్నత స్థాయి అధికారుల బృందం మాయాపురానికి వచ్చింది. వారు మూడు రోజుల పాటు అక్కడ బస చేశారు. గ్రౌండ్ పెనెట్రేటింగ్ రాడార్ ద్వారా భూమి లోపల ఉన్న పురాతన కట్టడాలను స్కాన్ చేశారు. ఆశ్చర్యకరంగా, గుడి కింద ఒక క్రమ పద్ధతిలో నిర్మించిన గదులు ఉన్నాయి. అంతేకాక.. అవి ఒకదానికొకటి అనుసంధానించబడి ఉన్నాయి. అవి శతాబ్దాల నాటివని వారు గుర్తించారు. వంశీ సేకరించిన శాసనాల నిజాయితీని కార్బన్ డేటింగ్ ద్వారా నిర్ధారించుకున్నారు.

చివరికి, ప్రభుత్వం ఆ ఆలయాన్ని "స్టేట్ ప్రొటెక్టెడ్ హెరిటేజ్ సైట్"గా గుర్తిస్తూ గెజిట్ విడుదల చేసింది. ఇకపై ఆ గుడి చుట్టూ 2000 మీటర్ల పరిధిలో ఎలాంటి మైనింగ్ లేదా తవ్వకాలు జరపడం చట్టరీత్యా నేరం అని ప్రకటించారు. దీంతో ఈ గుడిపై మైనింగ్ కన్ను పడే అవకాశమే లేదు.

ఇక వంశీ మీద ఉన్న అభిమానంతో అక్కడి స్థానికుల సూచనతో ప్రభుత్వం వంశీని ఆలయ అభివృద్ధి కమిటీకి స్పెషల్ ఇన్-ఛార్జ్‌గా నియమిస్తూ ప్రత్యేక అధికారాలను కట్టబెట్టింది.

ప్రభుత్వం ఆ గుడిని వారసత్వ సంపదగా ప్రకటించడాన్ని అఖిల్ అస్సలు జీర్ణించుకోలేకపోయాడు. చేతికి అందాల్సిన వేల కోట్ల నిధి కళ్లముందే చేజారిపోతుంటే అతనిలో కక్ష పెరిగింది. ఎలాగైనా వంశీని దెబ్బకొట్టాలని, తన అన్నయ్య అశోక్ మరణాన్ని అస్త్రంగా వాడుకున్నాడు. "మా అన్నయ్య మరణం ప్రమాదం కాదు, అది పక్కా ప్లాన్ ప్రకారం జరిగిన హత్య. దీని వెనుక సెక్రటరీ వంశీ హస్తం ఉంది" అని జిల్లా ఎస్పీని కలిసి ఫిర్యాదు చేశాడు.

ఒకవైపు అధికారిక విజయం, మరోవైపు వంశీ వ్యక్తిగత జీవితంలో కొత్త మలుపు చోటు చేసుకుంది. మాయాపురం తన చరిత్రలో ఎన్నడూ చూడని ఒక అపురూప వేడుకకు వేదికైంది. అనాథగా ఈ ఊళ్లో అడుగుపెట్టిన వంశీ, ఈ రోజు ఊరి మొత్తానికి ఆత్మబంధువుగా మారి పెళ్లి పీటలెక్కుతున్నాడు.

సరిగ్గా వంశీ పెళ్లి పనులు ప్రారంభమైన సమయంలోనే కేసు విచారణ కోసం పోలీసుల బృందం మాయాపురానికి వచ్చింది. ఊరంతా ఒక్కసారిగా ఉలిక్కిపడింది. వంశీని స్టేషన్ కి తీసుకెళ్లాలని పోలీసులు ప్రయత్నించగా, ప్రెసిడెంట్ పరమేశం ఆధ్వర్యంలో ఊరి ప్రజలంతా అడ్డుగా నిలబడ్డారు. "మా సెక్రటరీ గారు తప్పు చేసే మనిషి కాదు. ఆ రోజు రాత్రి ఏం జరిగిందో మాకు తెలుసు" అని తేల్చి చెప్పారు.

పోలీసులు అశోక్ చనిపోయిన గుడి ప్రాంతాన్ని క్షుణ్ణంగా పరిశీలించారు. ఫోరెన్సిక్ రిపోర్టులు, పోస్టుమార్టం వివరాలను విశ్లేషించారు. అశోక్ శరీరంలో ఎక్కడా మనుషులు దాడి చేసిన ఆనవాళ్లు లేవు. కానీ పాము కాటు వేసినట్టు ఉంది. దీంతో పాము కాటుకు గురై.. అదుపు తప్పి కింద పడటం వల్లే చనిపోయాడని ప్రాథమికంగా నిర్ధారించారు.

పోలీసు అధికారి అఖిల్‌ను చూసి ఇలా. "అఖిల్ గారు, మీ అన్నయ్య చనిపోయింది హత్య వల్ల కాదు. పాము కాటు వేయడంతో లోయలో పడి చనిపోయాడు. కాబట్టి ఈ కేసును 'Accidental Death' గా క్లోజ్ చేస్తున్నాం" అని స్పష్టం చేశాడు.

అఖిల్ అవమానంతో, పళ్లు కొరుకుతూ అక్కడి నుండి వెళ్ళిపోయాడు. కానీ వంశీ మనసులో మాత్రం ఒకటే ఆలోచన.. "పోలీసులు దీన్ని ప్రమాదం అన్నారు, దేవి దీన్ని విధి అంది. కానీ, అశోక్ మరణం ప్రమాదం కాదు.. అది అమ్మవారి హెచ్చరికను మీరినందుకు పడిన శిక్ష. స్వార్థంతో ఆ గడప తొక్కితే మృత్యువు వెన్నాడుతుందన్న సత్యానికి ఇది నిదర్శనం."

వంశీకి అర్థమైంది.. ఈ ఊరిని కాపాడేది కేవలం ప్రభుత్వం ఇచ్చే జి.ఓ.లు మాత్రమే కాదు, ఆ కొండపై కొలువై ఉన్న ఆ తల్లి అదృశ్య శక్తి కూడా అని.

మాయాపురంలో పెళ్లి సందడి మొదలైన తీరు చూస్తే.. అది కేవలం పరమేశం గారి ఇంటి పెళ్లిలా లేదు, ఊరి పెళ్లిలా కనిపించింది. జాతర సమయంలో మాయాపురం ఎలాగైతే వెలిగిపోయిందో, ఇప్పుడు వంశీ-స్వప్నల పెళ్లికి ఊరంతా మళ్ళీ అదే పండగ వాతావరణాన్ని సంతరించుకుంది.

వంశీకి ఎవరూ లేరన్న విషయం తెలిసిన క్షణం నుండి.. ఊరి ప్రజల్లో ఒక కొత్త రకమైన బాధ్యత మొదలైంది. ఒకప్పుడు సెక్రటరీ గారిని చూసి భయపడేవారే, ఇప్పుడు తమ ఇంట్లోని పెద్ద కొడుకుకు పెళ్లి చేస్తున్నంత సంబరపడిపోయారు.

ఊళ్లోని ముత్తైదువలంతా కలిసి పరమేశం ఇంటిని ముస్తాబు చేశారు. పెళ్లి కూతురు స్వప్నను అలంకరించే బాధ్యతను ఊరి ఆడపడుచులు తమ భుజానికెత్తుకున్నారు. వంశీ గదిలోకి వెళ్ళి ఊరి తల్లులంతా అతనికి మంగళ స్నానాలు చేయించి, హారతులు పట్టారు. పరాయివాడిగా వచ్చిన వంశీకి ఒక్కసారిగా వందల మంది అమ్మలు, అక్కాచెల్లెళ్లు దొరికారు.

గతంలో గొడవలు పడే వర్గాలు ఇప్పుడు కలిసిపోయి పెళ్లి పందిరి కింద భోజనాల పర్యవేక్షణ, అతిథుల ఆహ్వానం వంటి పనులు పంచుకున్నారు. అఖిల్ కంపెనీ వల్ల చీలిపోయిన మనసులు, వంశీ పెళ్లి పుణ్యమా అని మళ్ళీ కలిశాయి.

ముహూర్తానికి ముందు పరమేశం వంశీని చూసి మురిసిపోయారు. "బాబూ వంశీ.. అనాథనని బాధపడకు. ఈ రోజు ఈ పందిరి కింద ఉన్న వేల మంది నీ చుట్టూ ఉన్నారంటే అది నువ్వు సంపాదించుకున్నదే. నా కూతురిని నీ చేతుల్లో పెడుతున్నాను.. అది నా అదృష్టం," అని పరమేశం కన్నీళ్లు పెట్టుకుంటుంటే.. వంశీకి ఆకాశం నుండి తన తల్లిదండ్రులు దీవిస్తున్న అనుభూతి కలిగింది.

వంశీ పరమేశం పాదాలకు నమస్కరించి, "సార్.. ఇన్నాళ్ల నా అన్వేషణ ఈ మాయాపురంలో ముగిసింది. నాకు అమ్మ నాన్న లేరన్న వెలితిని ఈ ఊరు తుడిచేసింది. మీరు నాకు ఇచ్చిన ఈ గౌరవాన్ని ప్రాణం ఉన్నంత వరకు కాపాడుకుంటాను," అని మాటిచ్చాడు.

ముహూర్త సమయం దగ్గరపడుతోంది. మాయాపురం వీధులన్నీ పెళ్లి బాజాల ధ్వనులతో మారుమోగుతున్నాయి. పందిరి కింద వేలమంది జనం.. అందరిలోనూ ఒకటే ఉత్సాహం.

వంశీ, స్వప్నల మధ్య తెల్లటి తెర అడ్డుగా ఉంది. అటువైపు స్వప్న, ఇటువైపు వంశీ.. పురోహితులు మంత్రాలు చదువుతుంటే అందంగా అలంకరించిన కొబ్బరి బొండాలు పట్టుకున్న ఇద్దరి చేతులు చిన్నగా వణుకుతున్నాయి. అది బరువు వల్ల వచ్చిన వణుకా.. లేక పెళ్లి టెన్షనా అనేది వాళ్లకే

తెలియాలి. "సుముహూర్తము..." అని పురోహితులు అరవగానే, మంగళవాయిద్యాలు మోగాయి. వంశీ తన చేతిలోని జీలకర్ర బెల్లం ముద్దను స్వప్న తలపై, స్వప్న వంశీ తలపై ఒకేసారి ఉంచారు. ఆ స్పర్శ తగలగానే ఇద్దరిలోనూ ఒక విద్యుత్ ప్రవహించినట్లయింది. తెర తొలిగించిన క్షణంలో.. ఇద్దరి కళ్లు ఒక్కసారిగా కలుసుకున్నాయి.

వంశీ కళ్లలో.. ఇన్నాళ్లూ తాను వెతుకుతున్న గమ్యం దొరికిందన్న తృప్తి, స్వప్న కళ్లలో.. తనను, తన ఊరిని ప్రాణంలా ప్రేమించే తోడు దొరికిందన్న భరోసా. ఇద్దరి కళ్లూ ఆనందంతో చెమర్చాయి. సరిగ్గా అదే సమయంలో అతిథులందరూ అక్షింతలు వేయడంతో, ఆ ఆనంద బాష్పాలు ఎవరికీ కనిపించకుండా అక్షింతల వానలో కలిసిపోయాయి. ఆ దృశ్యాన్ని చూస్తున్న పరమేశం గారికి తన జీవితం ధన్యం అయిపోయిందన్న అనుభూతి కలిగింది.

"మాంగల్యం తంతునానేనా మమ జీవన హేతునా! కంఠే బద్నామి సుభగే త్వం జీవ శరదాం శతం!!" అంటూ మంత్రాల హోరు పెరిగింది. వంశీ మంగళసూత్రాన్ని చేతిలోకి తీసుకుని స్వప్న మెడలో మొదటి ముడి వేస్తున్నాడు. గాలిలో ఒక్కసారిగా మల్లెపూల పరిమళం వ్యాపించింది. సరిగ్గా మూడో ముడి వేసే

తరుణంలో.. ఎక్కడో కొండపైన ఉన్న పాత గుడి నుండి గంట చప్పుడు "ఓం.." అని అత్యంత గంభీరంగా వినిపించింది.

గాలిలో మేఘాలు విడిపోయి సూర్యరశ్మి నేరుగా పందిరి మీద పడింది. ఊరి జనం నివ్వెరపోయారు. "అమ్మవారే స్వయంగా గంట మోగించి దీవించింది!" అని గ్రామస్తులు జైజై ధ్వానాలు చేశారు. వంశీ ఆ గంట చప్పుడు వినగానే, తన బాధ్యత కేవలం స్వప్న పట్ల మాత్రమే కాదు, ఆ మాయాపుర రక్షణ పట్ల కూడా అని మరోసారి గుర్తు చేసుకున్నాడు.

పెళ్లిలో సీరియస్ వాతావరణం కాస్తా సందడిగా మారింది. తలంబ్రాల కార్యక్రమం మొదలైంది. వంశీ మొదట చాలా పద్ధతిగా స్వప్న తలపై కొన్ని తలంబ్రాలు పోశాడు. కానీ స్వప్న మాత్రం ఒక్కసారిగా దోసిలి నిండా తీసుకుని వంశీపై కుమ్మరించింది. వంశీ ఆశ్చర్యపోయి నవ్వేశాడు. చుట్టూ ఉన్న అమ్మాయిలు, "ఏంటి సెక్రటరీ గారు.. ఫైళ్ళ మీద ఉన్న శ్రద్ధ ఇక్కడ చూపించరేం? వదలకండి స్వప్నని!" అంటూ ఆటపట్టించడం మొదలుపెట్టారు.

పోటీ మొదలైంది. ఒకరిపై ఒకరు దోసిళ్లతో తలంబ్రాలు పోసుకుంటుంటే.. ఆ వెండి పళ్లెం చప్పుడు, ఆ బియ్యం గింజల జాలువారుతుంటే వంశీకి అనాథ అన్న మాట తన నిఘంటువు నుండే తొలగిపోయినట్లు అనిపించింది. వంశీ చిలిపిగా స్వప్న

జడలో అక్షింతలు పడేలా పోయడం, ఆమె ముఖం చాటు చేసుకోవడం చూసి పెద్దలంతా మురిసిపోయారు.

చివరగా, అప్పగింతల సమయంలో పరమేశం గారు స్వప్న చేతిని వంశీ చేతిలో పెడుతూ, "బాబూ.. నా కూతురిని నీకు ఇవ్వడం లేదు, ఈ ఊరి భవిష్యత్తును నీ చేతిలో పెడుతున్నాను," అన్నారు. వంశీ ఆ చేతిని గట్టిగా పట్టుకుని, "మాయాపురాన్ని, మీ నమ్మకాన్ని ఎన్నటికీ వదలను మామగారు," అని అన్నాడు.

అప్పటి వరకు ఆఫీసర్ వంశీగా ఉన్న అతను, ఆ క్షణం నుండి మాయాపురపు ఇంటి అల్లుడిగా, ఆ అమ్మవారికి ఇష్టమైన వారసుడిగా మారిపోయాడు.

వంశీ స్వప్న వైపు చూశాడు. ఆమె కళ్లలో భయం లేదు, ఒక తెలియని భరోసా ఉంది. "స్వప్న.. మన ప్రయాణం కేవలం సంసారం కోసం కాదు.. ఆ అమ్మవారి సేవ కోసం కూడా. తాళి కట్టిన వెంటనే మనం ఆ కొండపై ఉన్న అమ్మవారి దర్శనం చేసుకోవాలి. మనం ఒకటయ్యామని ఆ తల్లికి చెప్పి రావాలి," అన్నాడు వంశీ.

స్వప్న తల ఊపి, తన భర్త నిర్ణయాన్ని గౌరవించింది. పెళ్లి దుస్తుల్లోనే, బాసికాలతోనే ఆ కొత్త దంపతులు ఇద్దరూ ఊరి జనం వెంట వస్తుండగా.. నెమ్మదిగా కొండ దారి పట్టారు. వెన్నెల వెలుతురులో వాళ్ల నీడలు ఆ రాతి బాట మీద పడుతుంటే.. అది

ఒక మానవ ప్రయాణంలా కాకుండా, దైవ నిర్ణయంలా కనిపించింది.

నిశ్శబ్దంగా ఉన్న ఆ కొండదారిలో వంశీ, స్వప్నల అడుగుల చప్పుడు మాత్రమే వినిపిస్తోంది. చుట్టూ ఉన్న గాలిలో ఏదో తెలియని పవిత్రత. సాధారణంగా పాత గుడుల దగ్గర వచ్చే ధూపం వాసన కాకుండా, మాయాపురపు వనాల్లో కూడా లేని అద్భుతమైన మల్లెపూల పరిమళం అక్కడ పరుచుకుని ఉంది. తమ వెంట వస్తున్న వారందరినీ వంశీ గుడి బయటే ఆగిపోమని చెప్పడంతో స్వప్న భయపడింది. స్వప్నను చూసి.. "నువ్వేం భయపడకు" అని వంశీ స్వప్న చేయి పట్టుకుని ముందుకు నడిచాడు. అక్కడ ఒక రాతి మీద కూర్చుని ఉన్న దేవిని చూసి ఇద్దరూ ఆగిపోయారు.

రాతి అరుగు మీద కూర్చున్న దేవి, వాళ్ళిద్దరినీ చూసి చిరునవ్వు నవ్వింది. ఆ నవ్వులో ఒక తల్లి దీవెన, ఒక స్నేహితురాలి ఆత్మీయత రెండూ ఉన్నాయి.

"వచ్చారా.. మాయాపుర రక్షకులు వచ్చారా!" అంటూ దేవి లేచి నిలబడింది.

వంశీ ఆశ్చర్యంగా, "దేవి! ఈ సమయంలో ఇక్కడేం చేస్తున్నావు? అన్నీ నీకు ముందే ఎలా తెలుస్తున్నాయి?" అని అడిగాడు.

దేవి వెన్నెల వైపు చూస్తూ గంభీరంగా అంది, "వంశీ.. ఈ ఊరి గాలిలో ఏముందో నాకు తెలుస్తుంది. ఆ గుడి గంటలో ఏ సందేశం ఉందో నాకు అర్థమవుతుంది. ఇన్నాళ్లూ నువ్వు ఒక్కడివే ఈ రహస్యానికి కావలి ఉన్నావు. ఈ రోజు నుండి నీకు తోడుగా స్వప్న ఉంది".

దేవి స్వప్న వైపు నడిచి వచ్చింది. స్వప్న నుదుటి మీద ఉన్న బాసికాన్ని సరిచేస్తూ, "స్వప్న.. నువ్వు కేవలం ఒక ఇంటి కోడలివి మాత్రమే కాదు. ఈ ఊరిని కాపాడే అమ్మవారి ప్రతిరూపం. వంశీకి నీ తోడు ఎంత అవసరమో, ఈ గుడికి నీ భక్తి అంత అవసరం నీ పేరులో ఉన్నట్టే నీ జీవితం కూడా ఒక అద్భుతమైన కలలా సాగబోతోంది. కానీ, ఆ కల వెనుక ఉన్న బాధ్యతను నువ్వు ఎన్నటికీ మరువకూడదు."

స్వప్న వినయంగా దేవికి నమస్కరించింది. "దేవి.. నాకు ఏదో వింతగా ఉంది. ఈ వాసన.. ఈ గాలి.. ఈ గుడి అంతా ఇప్పుడే కొత్తగా పుట్టినట్టు అనిపిస్తోంది," అంది స్వప్న తన్మయత్వంతో.

దేవి లోపలికి నడుస్తూ, "మంచి మనసులు కలిసినప్పుడు ప్రకృతి కూడా తన రూపాన్ని మారుస్తుంది. పదండి.. ఆ తల్లి మీ కోసం వేచి చూస్తోంది," అని దారి చూపింది.

వంశీకి అర్థమైంది.. ఇది కేవలం పర్యాటక స్థలంగా మారిన గుడి మాత్రమే కాదు, తన జీవితాన్ని మార్చిన మహాశక్తి పీఠం.

ఇన్నాళ్లూ అనాథగా, ఒక చిన్న గదిలో కాలం గడిపిన తనకు, ఇప్పుడు ఒక పెద్ద బాధ్యతను, ఒక కుటుంబాన్ని, ఒక గొప్ప చరిత్రను ఆ తల్లి కానుకగా ఇచ్చింది.

దేవి తన చేతిలోని ఆ చిన్న పొట్లాన్ని స్వప్న చేతిలో పెట్టింది. ఆ స్పర్శకే స్వప్న ఒళ్లు ఒక్కసారిగా పులకరించింది. వణికే చేతులతో దాన్ని విప్పి చూడగా, అందులో పురాతనమైన శిల్పకళతో కూడిన, వెలుగులు విరజిమ్ముతున్న ఒక బంగారు గజ్జె ఉంది. అది సాదాసీదా నగ కాదు.. శతాబ్దాల చరిత్రను తనలో దాచుకున్న అమ్మవారి పాద కింకిణీ.

"దేవి.. ఇది?" అని స్వప్న ఆశ్చర్యంగా అడిగింది.

దేవి కళ్లలో ఒక అలౌకికమైన మెరుపు మెరిసింది. "ఇది అమ్మవారి కానుక స్వప్న. ఇన్నాళ్లూ ఈ గజ్జె శబ్దం వంశీని వెన్నాడుతూ అతన్ని ఇక్కడికి చేర్చింది. ఇప్పుడు ఈ శబ్దం నీ ఇంట్లో వినిపిస్తూ.. మీ సంసారాన్ని, ఈ మాయాపురాన్ని రక్షిస్తుంది. ఈ గజ్జె ఉన్న చోట ఏ శక్తీ మిమ్మల్ని ఏమీ చేయలేదు," అని చెప్పి దేవి గర్భగుడిలోకి రమ్మని పిలిచింది.

వంశీ, స్వప్నలు ఆమెను అనుసరిస్తూ గర్భగుడి గడప తొక్కారు. అడుగు లోపల పెట్టగానే.. ఒక్కసారిగా వంశీకి, స్వప్నకు ఒళ్లు జలదరించింది. ఏదో అనంతమైన శక్తి వారిని చుట్టేసిన అనుభూతి. లోపల గాలి కూడా గంభీరంగా చల్లగా

మారిపోయింది. మనుషులు ఎవరూ లేకపోయినా, గాలి తాకకపోయినా.. ఆలయంలోని పెద్ద ఇత్తడి గంటలు ఒక్కసారిగా "గణ గణ గణ.." మంటూ మారుమోగాయి. ఆ శబ్దం కేవలం చెవులకు కాదు, నేరుగా వారి హృదయాలకు తగిలి ప్రతిధ్వనించింది.

గుడిలో ఉన్న ప్రతీ ప్రమిద ఒక్కసారిగా పెద్దగా ప్రజ్వరిల్లింది. ఆ వెలుగులో అమ్మవారి విగ్రహం మునుపెన్నడూ లేనంత గంభీరంగా, తేజోవంతంగా కనిపించింది. నిధిలో కనిపించిన కిరీటం, నగలు అన్నీ ఇప్పుడు అమ్మవారి విగ్రహంపై కనిపించాయి.

వంశీ నడుస్తుంటే.. ఎదురుగా ఉన్న రాతి గోడ మీద ఉన్న పాము శిల్పం కదులుతున్నట్టు అనిపించింది. వంశీ కళ్ళు మూసి తెరిచేలోపే, ఆ శిల సజీవమై, ఒక భారీ పాము రూపంలో బయటకు వచ్చింది. స్వప్న భయంతో వంశీ భుజాన్ని గట్టిగా పట్టుకుంది. కానీ ఆ త్రాచు పడగ విప్పి, ఆ కొత్త దంపతులకు స్వాగతం చెబుతున్నట్టుగా వినయంగా తల వంచింది.

అదే సమయంలో.. గర్భాలయం మూల నుండి ఆ చిన్న పాప పరుగున వచ్చింది. పట్టు పరికిణిలో ఉన్న ఆ పాప నవ్వుతూ వచ్చి, స్వప్న చీర కొంగు పట్టుకుని ఆడుకోవడం

మొదలుపెట్టింది. ఆ పాప స్పర్శ తగలగానే స్వప్నలోని భయం మాయమై, ఒక తెలియని మాతృత్వపు అనుభూతి కలిగింది.

గర్భాలయం వెలుగుల్లో ఆ చిన్న పాప ఆటలు చూస్తుంటే వంశీ, స్వప్నలకు కళ్ళు తిప్పుకోవడం సాధ్యం కాలేదు. ఆ పాప కేవలం ఒక చిన్నారిలా లేదు.. ఒక నడిచే అద్భుతంలా ఉంది.

ఆ పాప కట్టుకున్న ఎర్రటి పట్టు పరికిణి, దానికి తగినట్లుగా మెరిసిపోతున్న బంగారు జరీ అంచు గర్భగుడి వెలుగుల్లో ధగధగలాడుతున్నాయి. నుదుట నిండుగా తీర్చిదిద్దినట్టున్న ఎర్రటి కుంకుమ బొట్టు, కాళ్ళకు ఉన్న గజ్జెల "ఘల్లు ఘల్లు" సవ్వడి ఆ ప్రశాంతమైన గుడిలో అమృత ధారలా వినిపిస్తోంది. ఒంటిపై ఉన్న పురాతనమైన బంగారు కాసుల పేరు, చేతులకు ఉన్న వంకీలు.. ఆ పాప ప్రతి కదలికలోనూ ఒక దైవిక కళను విరజిమ్ముతున్నాయి. ఆ పాప కిలకిల నవ్వుతూ స్వప్న చుట్టూ తిరుగుతుంటే, ఆ నవ్వు గర్భాలయంలోని ప్రతీ అణువును పులకరింపజేసింది.

"వంశీ.. చూశారా! ఆ పాప ఎంత ముద్దుగా ఉందో.. అమ్మవారే నడిచి వచ్చినట్టు ఉంది!" అని స్వప్న పరవశించిపోయింది. "అయినా ఈ అర్ధరాత్రి ఇక్కడ ఈ చిట్టితల్లి ఆడుకోవడం ఏంటి? ఎంత కళగా ఉందో.. మనకు కూడా రేపు పొద్దున ఇలాంటి కూతురే పుడితే ఇంకేం కావాలి!" అని

మురిపెంగా ఆ పాపను పట్టుకోవాలని చెయ్యి చాచింది. కానీ ఆ పాప ముద్దుగా నవ్వుతూ వంశీ వెనుక దాక్కుంది.

వంశీకి ఆ క్షణం ఒకటి అర్థమైంది.. ఈ అద్భుతం కేవలం తనకు మాత్రమే కాదు, స్వప్నకు కూడా కనిపిస్తోందంటే, ఆ తల్లి స్వప్నను కూడా తన బిడ్డగా, ఈ రహస్యానికి వారసురాలిగా అంగీకరించిందని.

అంతలోనే గర్భాలయం మధ్యలో నిలబడి ఉన్న దేవి ఒక్కసారిగా గంభీరంగా మాట్లాడుతోంది. ఆమె కళ్లలో వెన్నెల వెలుగు మాయమై, ఒక తపస్సు చేసిన యోగినిలాంటి తీక్షణత కనిపించింది.

దేవి గంభీర స్వరంతో ఇలా అంది.. "వంశీ.. నీ బాధ్యత ఇప్పుడే మొదలైంది. ప్రభుత్వం నిన్ను చట్టపరంగా 'ప్రత్యేక అధికారి'గా నియమించి ఉండొచ్చు. కానీ, అమ్మవారు నిన్ను ఎంచుకుంది 'దైవిక రక్షకుడి'గా! ఈ మాయాపుర గుప్త నిధి లోకానికి చిక్కకూడదు. ఎందుకంటే, ఇది కేవలం బంగారం కాదు.. లోకాన్ని నడిపించే ఒక శక్తి. ఆశ ఉన్నవాడికి ఈ గడప మీద చావు దక్కుతుంది.. నమ్మకం ఉన్నవాడికి అమ్మ రక్షణ దక్కుతుంది."

దేవి స్వప్న వైపు చూస్తూ.. "స్వప్న! ఈ రోజు నుండి నీ సంసారం కేవలం నలుగురు మనుషుల మధ్య ఉండేది కాదు. ఈ

ఊరు, ఈ కొండ, ఈ రహస్యం.. ఇవన్నీ మీరే కాపాడాలి. మీ ఇద్దరి మధ్య ఉండే ప్రేమ ఎంత బలమైందో, ఈ నిధి పట్ల మీకున్న నిబద్ధత అంతకంటే బలమై ఉండాలి. ఈ రహస్యం మీ గడప దాటకూడదు. ఇది మీరిద్దరూ అమ్మవారి పాదాల సాక్షిగా తీసుకోవాల్సిన ప్రమాణం!"

దేవి మాటలు ఆ గర్భాలయంలో ప్రతిధ్వనించాయి. ఆ గంభీరతకు వంశీ, స్వప్నలు వణికిపోయారు. వారిద్దరూ ఒకరి చేయి ఒకరు పట్టుకుని, అమ్మవారి విగ్రహం వైపు తిరిగి వినయంగా తల వంచారు.

వంశీ స్వప్న చేయి పట్టుకుని అమ్మవారి పాదాల దగ్గర మోకరిల్లాడు. "అమ్మా.. ప్రాణం ఉన్నంత వరకు ఈ నిధిని, ఈ నమ్మకాన్ని కాపాడతాము. స్వార్థం ఉన్న ఏ శక్తినీ ఈ గడప దాటనివ్వము," అని భార్యతో కలిసి ప్రమాణం చేశాడు.

స్వప్న కళ్లు మూసుకుని తన్మయత్వంతో అమ్మవారికి దండం పెట్టుకుంది. వంశీ మాత్రం అమ్మవారి విగ్రహం వైపు తీక్షణంగా చూశాడు. ఆ క్షణం.. విగ్రహం వెనుక ఉన్న దీపపు కాంతిలో, అమ్మవారు ఒక్కసారిగా కళ్లు తెరిచి తనను చూసినట్టు వంశీకి అనిపించింది. ఆ చూపులో ఒక హెచ్చరిక లేదు.. ఒక తల్లి ప్రేమ ఉంది.

మరుక్షణం.. ఆ వెలుగు, ఆ పాము, ఆ చిన్ని పాప అంతా మాయమైపోయారు. కేవలం గర్భాలయంలో శాంతంగా వెలుగుతున్న దీపాలు తప్ప అక్కడ ఏమీ లేదు. అమ్మవారి సాక్షిగా ప్రమాణం చేసి, ఆశీర్వాదం పొందిన వంశీ, స్వప్నలు గర్భాలయం నుండి బయటకు అడుగుపెట్టారు. ఆ క్షణం మాయాపురపు వాతావరణమే మారిపోయింది. నిన్నటి వరకు భయాన్ని గొలిపిన ఆ కొండ గాలి, ఇప్పుడు అభయాన్ని ఇస్తూ మందమారుతంలా వీచింది. వంశీ వెనక్కి తిరిగి చూశాడు. చంద్రుని వెలుగులో.. గుడి గోపురం మీద ఉన్న ఆ పాము మళ్ళీ యథాస్థానానికి చేరుకున్నట్టు కనిపించింది.

ఆకాశంలో నిండు పున్నమి చంద్రుడు తన వెన్నెల ధారలతో ఆ కొత్త దంపతులకు అభిషేకం చేస్తున్నట్టుగా ఉన్నాడు. మిలమిల మెరుస్తున్న నక్షత్రాలు మాయాపురానికి దొరికిన కొత్త రక్షకులను చూసి మురిసిపోతూ, ఆకాశం నుండి అక్షింతలు వేస్తున్నట్లుగా అనిపించింది. చుట్టూ ఉన్న కారడవిలోని వృక్షాలు గాలికి ఊగుతూ.. "తథాస్తు.. తథాస్తు.." అని దీవిస్తున్నట్లుగా ఆకులు సవరించుకున్నాయి.

వంశీ, స్వప్నలు కొండ మెట్లు దిగుతుంటే.. గంభీరంగా ఉండే ఆ కొండ దారి ఇప్పుడు వెన్నెల బాటలా మారిపోయింది. దారి పక్కన ఉన్న పొదలు, రాళ్లు కూడా ఒక ప్రశాంతమైన నిశ్శబ్దంలో

మునిగిపోయాయి. మాయాపురంలో నెలకొన్న ఆ ప్రశాంతత, ఆ ఊరి ఆత్మ శాంతించిందని చెప్పకనే చెబుతోంది.

దేవి వంశీ స్వప్నల కంటే ముందే ఊళ్లోకి నడుచుకుంటూ వెళ్తోంది. ఆమె అడుగులు పడుతుంటే అక్కడ అడవి పూలు వికసిస్తున్నట్టు వంశీకి కనిపించింది. ఆమె ఒక్కసారి ఆగి, వెనక్కి తిరిగి వంశీ దంపతుల వైపు చూసింది. ఆ చూపులో ఒక పని పూర్తయిన తృప్తి ఉంది. ఆమె మళ్ళీ తన గజ్జెల సవ్వడితో మాయమైపోయింది.. కానీ ఆ శబ్దం ఈసారి భయాన్ని కాదు, ఒక మధుర సంగీతాన్ని మిగిల్చింది.

అనాథగా, ఏకాకిగా మాయాపురంలో అడుగుపెట్టిన వంశీ.. ఇప్పుడు ఆ ఊరికి కొత్త ఊపిరినిచ్చి.. ఊరంతటికి కొడుకయ్యాడు. స్వప్న తోడుతో, అమ్మవారి నీడలో అతను ఆ ఊరి గడపకు కావలిగా నిలబడ్డాడు. మాయాపురపు శాశ్వత వారసుడిగా తన కొత్త జీవితాన్ని మొదలుపెట్టాడు.

మాయాపురం ఇప్పుడు ఒక మిస్టరీ కాదు.. ఒక మహా క్షేత్రం. ఆ నిధికి రక్షణగా, ఆ అమ్మవారి సేవలో.. వంశీ, స్వప్న ఆ ఊరికే ప్రాణప్రదాతలుగా మిగిలిపోయారు.

CHAPTER ELEVEN

కాలచక్రం - మళ్లీ కనిపించిన పాప

ఏళ్లు గడిచాయి. మాయాపురం ఇప్పుడు మారుమూల పల్లెటూరు కాదు, ఒక అద్భుతమైన ఆధ్యాత్మిక, చారిత్రక క్షేత్రం. ప్రభుత్వం ఆ గుడిని అభివృద్ధి చేసినా, అక్కడ ఉన్న అసలు రహస్యం మాత్రం ఎవరికీ అంతుచిక్కలేదు.

వంశీ ఇప్పుడు ఆ ఊరికి ఆదర్శప్రాయుడైన అధికారి మాత్రమే కాదు, పరమేశం గారి అల్లుడిగా ఊరి ప్రజలందరికీ కొడుకులా మారిపోయాడు. ఒక చల్లని సాయంత్రం.. వంశీ, స్వప్న తమ మూడేళ్ల కూతురితో కలిసి అదే కొండపై ఉన్న గుడి మెట్లు ఎక్కుతున్నారు. ఆ చిన్నారి సరిగ్గా ఆనాడు గుడిలో కనిపించిన పాపలాగే పట్టు పరికిణిలో, చిరునవ్వుతో పరిగెడుతోంది.

ఆ పాప అడుగులు పడుతుంటే.. ఆ పాదాలకు ఉన్న గజ్జెల సవ్వడితో పాటు, మరొక గజ్జె శబ్దం కూడా గాలిలో వినిపిస్తోంది.. "ఘల్లు.. ఘల్లు.. ఘల్లు.."మంటూ.

వంశీ, స్వప్న ఆగి వెనక్కి తిరిగి చూశారు. ఒక అస్పష్టమైన రూపం.. అప్పుడు గుడిలో చూసిన చిన్నపాప! నవ్వుతూ తన చేతిని ఊపుతూ గర్భగుడిలోకి పరిగెత్తింది.

వంశీ మనసులో "కొన్ని రహస్యాలు దొరకనంత వరకే మాయ.. కానీ అమ్మను నమ్మిన వాడికి ఆ రహస్యమే ఒక అభయం!"

వంశీ తమ కూతురి చేయి పట్టుకుని గుడి లోపలికి నడిచాడు. గాలిలో అప్పుడు కూడా అదే మల్లెపూల పరిమళం.. గర్భాలయంలో అదే శాంతమైన దీపపు కాంతి. మాయాపురం ప్రశాంతంగా ఉంది, ఎందుకంటే దాన్ని రక్షించే బిడ్డలు ఇప్పుడు ఆ తల్లి ఒడిలోనే ఉన్నారు.

www.ingramcontent.com/pod-product-compliance
Lightning Source LLC
LaVergne TN
LVHW090405210926
848480LV00002B/462

* 9 7 9 8 9 0 3 4 2 9 4 7 9 *